- ภัยพิบัติสิบประการ

ชีวิตแห่งการไม่เชื่อฟังและชีวิตแห่งการเชื่อฟัง

โดย ดร.แจร็อก ลี

URIM BOOKS

"พระเจ้าตรัสว่า 'เพราะเรารู้แผนงานที่เรามีไว้สำหรับเจ้า
เป็นแผนงานเพื่อสวัสดิภาพ
ไม่ใช่เพื่อทุกขภาพ เพื่อจะให้อนาคตและความหวังแก่เจ้า'"
(เยเรมีย์ 29:11)

ภัยพิบัติสิบประการ: ชีวิตแห่งการไม่เชื่อฟังและชีวิตแห่งการเชื่อฟัง
โดย ดร. แจร็อก ลี
จัดพิมพ์โดย อุริมบุคส์
851, คูโร-ดอง, คูโร-กุ, โซล เกาหลีใต้
www.urimbook.com

ห้ามจัดพิมพ์หนังสือเล่มนี้หรือส่วนหนึ่งส่วนใดของหนังสือเล่มนี้ซ้ำ หรือเก็บไว้ในระบบเพื่อนำกลับมาใช้ใหม่ หรือถ่ายทอดด้วยรูปแบบอื่นใด หรือโดยเครื่องมืออิเล็กทรอนิกส์ เครื่องกล การถ่ายสำเนา การบันทึกหรือด้วยวิธีการหนึ่งใดเหล่านี้โดยมิได้รับอนุญาตจากผู้จัดพิมพ์อย่างเป็นลายลักษณ์อักษร

ข้ออ้างอิงพระคัมภีร์ที่ใช้ในหนังสือเล่มนี้นำมาจากพระคริสตธรรมคัมภีร์ไทยฉบับ 1971จัดพิมพ์โดยสมาคมพระคริสตธรรมไทย

สงวนลิขสิทธิ์ © 2008 โดย ดร. แจร็อก ลี

จัดพิมพ์ครั้งแรกโดยอุริมบุคส์ กรุงโซล ประเทศเกาหลี สงวนลิขสิทธิ์ © 2007,
ISBN: 979-11-263-1348-8 03230
ได้รับอนุญาตให้แปลเป็นภาษาอังกฤษโดยดร.คูยัง ซุง
ได้รับอนุญาตให้แปลเป็นภาษาไทยโดยดร.ดานิเอล แสงวิชัย

พิมพ์ครั้งที่ 1 เมื่อเดือนมีนาคม 2008

บทบรรณาธิการโดยดร.เจียมซุน วิน
จัดพิมพ์ในประเทศเกาหลีโดยอุริมบุคส์ (ผู้แทน: เจียมซุน วิน)
จัดพิมพ์ที่กรุงโซล ประเทศเกาหลี

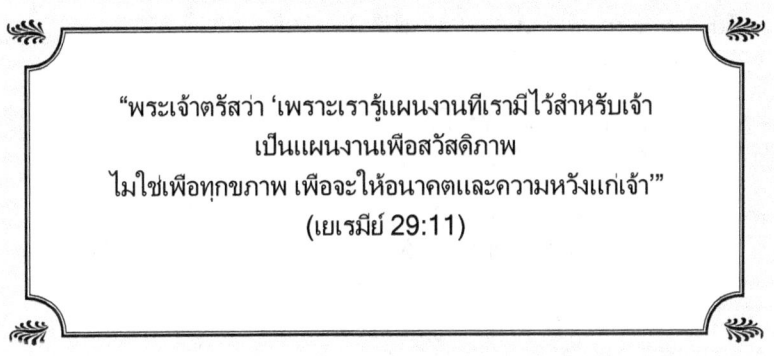

"พระเจ้าตรัสว่า 'เพราะเรารู้แผนงานที่เรามีไว้สำหรับเจ้า
เป็นแผนงานเพื่อสวัสดิภาพ
ไม่ใช่เพื่อทุกขภาพ เพื่อจะให้อนาคตและความหวังแก่เจ้า'"
(เยเรมีย์ 29:11)

ภัยพิบัติสิบประการ: ชีวิตแห่งการไม่เชื่อฟังและชีวิตแห่งการเชื่อฟัง
โดย ดร. แจร็อก ลี
จัดพิมพ์โดย อุริมบุคส์
851, คูโร-ดอง, คูโร-กุ, โซล เกาหลีใต้
www.urimbook.com

ห้ามจัดพิมพ์หนังสือเล่มนี้หรือส่วนหนึ่งส่วนใดของหนังสือเล่มนี้ซ้ำ หรือเก็บไว้ในระบบเพื่อนำกลับมาใช้ใหม่ หรือถ่ายทอดด้วยรูปแบบอื่นใด หรือโดยเครื่องมืออิเล็กทรอนิกส์ เครื่องกล การถ่ายสำเนา การบันทึกหรือด้วยวิธีการหนึ่งใดเหล่านี้โดยมิได้รับอนุญาตจากผู้จัดพิมพ์อย่างเป็นลายลักษณ์อักษร

ข้ออ้างอิงพระคัมภีร์ที่ใช้ในหนังสือเล่มนี้นำมาจากพระคริสตธรรมคัมภีร์ไทยฉบับ 1971จัดพิมพ์โดยสมาคมพระคริสตธรรมไทย

สงวนลิขสิทธิ์ © 2008 โดย ดร. แจร็อก ลี

จัดพิมพ์ครั้งแรกโดยอุริมบุคส์ กรุงโซล ประเทศเกาหลี สงวนลิขสิทธิ์ © 2007,
ISBN: 979-11-263-1348-8 03230
ได้รับอนุญาตให้แปลเป็นภาษาอังกฤษโดยดร.คูยัง ซุง
ได้รับอนุญาตให้แปลเป็นภาษาไทยโดยดร.ดานิเอล แสงวิชัย

พิมพ์ครั้งที่ 1 เมื่อเดือนมีนาคม 2008

บทบรรณาธิการโดยดร.เจียมซุน วิน
จัดพิมพ์ในประเทศเกาหลีโดยอุริมบุคส์ (ผู้แทน: เจียมซุน วิน)
จัดพิมพ์ที่กรุงโซล ประเทศเกาหลี

อารัมภบท

สงครามกลางเมืองในสหรัฐอเมริกาบรรลุถึงจุดสุกงอมเมื่อประธานาธิบดีอับราอัม ลินคอล์น (ประธานาธิบดีคนที่ 16) ประกาศให้วันที่ 30 เมษายน 1863 เป็นวันอธิษฐานอดอาหาร

“ภัยพิบัติที่น่าสยดสยองในวันนี้อาจเป็นการลงโทษความผิดบาปของเหล่าบรรพบุรุษของเรา พวกเราภาคภูมิใจในความสำเร็จและทรัพย์สมบัติของเรามากเกินไป เราภาคภูมิใจมากจนเราลืมที่จะอธิษฐานต่อพระเจ้าผู้ทรงสร้างเรา เราจำเป็นต้องสารภาพความผิดบาปของประเทศชาติของเราและทูลขอความเมตตาจากพระเจ้าด้วยท่าทีที่ถ่อมใจ นี่เป็นหน้าที่ของพลเมืองของประเทศสหรัฐอเมริกา”

ผู้นำที่ยิ่งใหญ่ท่านนี้ชี้ให้เห็นว่าชาวอเมริกันจำนวนมากงดรับประทานอาหารเป็นเวลาหนึ่งวันและได้ถวายวันนั้นสำหรับการอธิษฐานอดอาหาร

อับราฮัม ลินคอล์นถ่อมใจอธิษฐานต่อพระเจ้าและช่วยสหรัฐอเมริกาให้พ้นจากการล่มสลาย ที่จริงเราสามารถพบคำตอบต่อปัญ

หาทุกอย่างในพระเจ้า

พระกิตติคุณถูกประกาศออกไปโดยผู้ประกาศจำนวนมากตลอดระยะเวลาหลายศตวรรษที่ผ่านมา แต่หลายคนไม่รับฟังพระคำของพระเจ้าโดยพูดว่าเขาเชื่อในตนเองมากกว่า

ในปัจจุบันมีการเปลี่ยนแปลงอุณหภูมิของโลกอย่างผิดปกติและมีภัยพิบัติทางธรรมชาติเกิดขึ้นทั่วโลก แม้จะมีพัฒนาการทางการแพทย์ที่ล้ำหน้า แต่ก็ยังมีโรคภัยไข้เจ็บชนิดใหม่ที่ดื้อยากำลังแพร่ระบาดความรุนแรงเพิ่มมากขึ้น

ผู้คนอาจมีความมั่นใจในตนเอง ผู้คนอาจทำตนเหินห่างจากพระเจ้า แต่เมื่อเรามองดูภายในชีวิตของเขา เราเห็นถึงความวิตกกังวล ความเจ็บปวดทรมาน ความยากจน และโรคภัยไข้เจ็บมากมาย

คนหนึ่งอาจมีสุขภาพเสื่อมโทรมไปภายในหนึ่งวัน บางคนสูญเสียคนที่รักในครอบครัวหรือหมดเนื้อหมดตัวเนื่องจากอุบัติเหตุ หลายคนประสบกับปัญหาและความยุ่งยากในธุรกิจและที่ทำงานของตน

คนเหล่านี้อาจร้องคร่ำครวญว่า “ทำไมสิ่งเหล่านี้จึงเกิดขึ้นกับผม” เขารู้สึกจนตรอก ผู้เชื่อจำนวนไม่น้อยประสบกับการทดลองและความยากลำบากและไม่รู้ว่าจะหาทางออกอย่างไร

แต่ทุกสิ่งมีต้นเหตุของมัน ปัญหาและความยุ่งยากทุกอย่างล้วนมีต้นเหตุเช่นกัน

ภัยพิบัติสิบประการที่มาเหนืออียิปต์และระเบียบการของพิ

ธีปัสกาที่บันทึกไว้ในหนังสืออพยพได้ให้แนวทางเกี่ยวกับคำตอบของปัญหาทุกชนิดที่มนุษย์ประสบในชีวิตประจำวันของตนเองบนโลกนี้

ในฝ่ายวิญญาณ "อียิปต์" หมายถึงโลกนี้และบทเรียนจากภัยพิบัติสิบประการสามารถประยุกต์ใช้กับมนุษย์ทุกคนทั่วโลกในปัจจุบัน แต่มีเพียงไม่กี่คนที่รู้จักน้ำพระทัยของพระเจ้าซึ่งปรากฏอยู่ในภัยพิบัติสิบประการ

เนื่องจากพระคัมภีร์ไม่ได้ระบุว่าเป็น "ภัยพิบัติสิบประการ" บางคนจึงกล่าวว่าภัยพิบัติอาจมีสิบเอ็ดหรือแม้กระทั่งสิบสองประการก็ได้

คนที่คิดว่ามีสิบเอ็ดประการอาจรวมเอากรณีของการทำให้ไม้เท้าของอาโรนกลายเป็นงูไว้ในภัยพิบัติเหล่านี้ด้วย แต่การที่ผู้คนเจองูไม่ได้ก่อให้เกิดความเสียหายใดกับเขา ดังนั้นในแง่หนึ่งจึงเป็นเรื่องยากที่จะรวมเอาเหตุการณ์นี้เป็นหนึ่งในภัยพิบัติเหล่านั้น

แต่เนื่องจากงูในถิ่นทุรกันดารมีพิษร้ายแรงสามารถฆ่าคนได้เมื่อเขาถูกงูกัด ดังนั้นบางคนจึงรู้สึกกลัวเมื่อเขาเจองู เพราะเหตุนี้บางคนจึงรวมเอาเหตุการณ์นี้ไว้ในภัยพิบัติเหล่านั้นด้วยเช่นกัน

คนที่คิดว่ามีภัยพิบัติสิบสองประการอาจรวมเอาเหตุการณ์ที่ไม้เท้ากลายเป็นงูและการเสียชีวิตของทหารอียิปต์ในทะเลแดงไว้ในภัยพิบัติเหล่านี้ด้วย ในเมื่อประชาชนอิสราเอลยังไม่ได้ข้าม

ทะเลแดงในเวลานั้น คนที่คิดเช่นนี้จึงรวมเอาเหตุการณ์นี้ไว้ในภัยพิบัติทั้งหมดที่เกิดขึ้น แต่สิ่งสำคัญไม่ได้อยู่ที่จำนวนของภัยพิบัติแต่อยู่ที่ความหมายฝ่ายวิญญาณและการจัดเตรียมของพระเจ้าที่ปรากฏอยู่ในภัยพิบัติเหล่านั้น

หนังสือเล่มนี้บรรยายถึงความแตกต่างระหว่างชีวิตของฟาโรห์ที่ไม่เชื่อฟังพระคำของพระเจ้าและชีวิตของโมเสสที่ดำเนินชีวิตในความเชื่อฟัง หนังสือเล่มนี้ยังบอกถึงความรักของพระเจ้าผู้ทรงอนุญาตให้เรารู้ถึงหนทางแห่งความรอดด้วยพระเมตตาของพระองค์โดยผ่านพิธีปัสกา พิธีเข้าสุหนัต และความหมายของเทศกาลขนมปังไร้เชื้อ

ฟาโรห์เห็นฤทธิ์อำนาจของพระเจ้าด้วยตาของตนเองแต่ท่านก็ยังไม่เชื่อฟังพระองค์และตกอยู่ในสภาพที่ไม่อาจแก้ไขได้ แต่คนอิสราเอลรอดพ้นจากภัยพิบัติเหล่านั้นเพราะเขาเชื่อฟัง

เหตุผลที่พระเจ้าตรัสกับเราเกี่ยวกับภัยพิบัติสิบประการก็เพื่อจะช่วยให้เรารู้ว่าเพราะเหตุใดความทุกข์ยากลำบาก การทดสอบและการทดลองจึงเกิดขึ้นกับเราเพื่อเราจะสามารถแก้ปัญหาทุกอย่างของชีวิตและมีชีวิตที่ปลอดจากภัยพิบัติทั้งมวล

นอกจากนี้ พระเจ้าทรงปรารถนาให้เรามีส่วนในแผ่นดินสวรรค์ในฐานะบุตรของพระองค์ด้วยการบอกให้เราทราบถึงพระพรที่จะมาเหนือเราเมื่อเราเชื่อฟัง

ผู้อ่านหนังสือเล่มนี้จะค้นพบกุญแจสำคัญในการแก้ปัญหาชีวิต ความหิวกระหายฝ่ายวิญญาณของเขาจะถูกดับลงด้วยน้ำฝน

แห่งพระพรที่โปรยปรายลงมาหลังจากความแห้งแล้งอันยาวนานพร้อมกับรับการชี้นำไปสู่หนทางแห่งพระพรและคำตอบชีวิต

ข้าพเจ้าใคร่ขอขอบคุณ คุณเจียมซุน วินผู้อำนวยการฝ่ายบรรณาธิการและเจ้าหน้าที่ทุกคนที่มีส่วนร่วมในการจัดพิมพ์หนังสือเล่มนี้ ข้าพเจ้าอธิษฐานในพระนามของพระเยซูคริสต์องค์พระผู้เป็นเจ้าเพื่อผู้อ่านทุกคนจะดำเนินชีวิตแห่งการเชื่อฟังเพื่อเขาจะได้รับความรักและพระพรอันยิ่งใหญ่จากพระเจ้า

แจร็อก ลี (กรกฎาคม 2007)

สารบัญ

อารัมภบท
ชีวิตแห่งการไม่เชื่อฟัง · 1

บทที่ 1
ภัยพิบัติสิบประการเหนืออียิปต์ · 3

บทที่ 2
ชีวิตแห่งการไม่เชื่อและภัยพิบัติ · 19

บทที่ 3
ภัยพิบัติจากโลหิต ภัยพิบัติจากกบ และภัยพิบัติจากริ้น · 31

บทที่ 4
ภัยพิบัติจากเหลือบ ภัยพิบัติที่เกิดกับฝูงสัตว์ และภัยพิบัติจากฝี · 49

บทที่ 5
ภัยพิบัติจากลูกเห็บและภัยพิบัติจากฝูงตั๊กแตน · 65

บทที่ 6
ภัยพิบัติจากความมืดและภัยพิบัติแห่งการมรณกรรมของลูกหัวปี · 79

ชีวิตแห่งการเชื่อฟัง · 93

บทที่ 7
พิธีปัสกาและหนทางแห่งความรอด · 95

บทที่ 8
พิธีสุหนัตและพิธีศีลมหาสนิท · 111

บทที่ 9
การอพยพและเทศกาลขนมปังไร้เชื้อ · 129

บทที่ 10
ชีวิตแห่งการเชื่อฟังและพระพร · 143

ชีวิตแห่งการไม่เชื่อฟัง

แต่ถ้าท่านไม่เชื่อฟังพระสุรเสียงของพระเยโฮวาห์พระเจ้าของท่านและไม่ระวังที่จะกระทำตาม
พระบัญญัติของพระองค์และพระราชกำหนดกฎเกณฑ์ของพระองค์ซึ่งข้าพเจ้า
บัญชาท่านในวันนี้ แล้วคำสาปแช่งเหล่านี้จะตามมาทันท่าน
ท่านทั้งหลายจะรับคำสาปแช่งในเมือง
ท่านทั้งหลายจะรับคำสาปแช่งในทุ่งนา
กระจาดของท่านและรางนวดแป้งของท่านจะรับคำสาปแช่ง
พันธุ์ของตัวท่านเองจะรับคำสาปแช่ง
ผลแห่งพื้นดินของท่าน ฝูงวัวของท่านที่เพิ่มขึ้น
ฝูงแกะของท่านที่เพิ่มจะรับคำสาปแช่ง
ท่านจะรับคำสาปแช่งเมื่อท่านเข้ามา
และท่านจะรับคำสาปแช่งเมื่อท่านออกไป
(เฉลยธรรมบัญญัติ 28:15-19)

บทที่ 1

ภัยพิบัติสิบประการเหนืออียิปต์

อพยพ 7:1-7

พระเจ้าจึงตรัสกับโมเสสว่า “ดูซี เราตั้งเจ้าไว้เป็นดังพระเจ้าต่อฟาโรห์และอาโรนพี่ชายของเจ้าจะเป็นผู้เผยพระวจนะแทนเจ้า เจ้าจงบอกข้อความทั้งหมดที่เราสั่งเจ้าแล้วอาโรนพี่ชายของเจ้าจะบอกแก่ฟาโรห์ให้ปล่อยชนชาติอิสราเอลออกไปจากแผ่นดินของเขา
เราจะทำให้ใจของฟาโรห์แข็งกระด้างไป แม้เราจะกระทำหมายสำคัญและอัศจรรย์ให้ทวีมากขึ้นในประเทศอียิปต์
ฟาโรห์จะไม่เชื่อฟังเจ้า แล้วเราจะยกมือของเราขึ้นปราบประเทศอียิปต์และจะพาพลโยธาของเราคือชนชาติอิสราเอลให้พ้นจากแผ่นดินอียิปต์ด้วยกิจการใหญ่โตอันทรงฤทธิ์
ชาวอียิปต์จะรู้ว่าเราคือพระเจ้า ต่อเมื่อเราได้ยกมือขึ้นปราบอียิปต์และพาชนชาติอิสราเอลออกจากพวกเขา”
โมเสสและอาโรนก็กระทำตามนั้น
เขากระทำตามที่พระเจ้าทรงบัญชา เมื่อเขาทั้งสองไปทูลฟาโรห์
โมเสสมีอายุแปดสิบปีและอาโรนมีอายุแปดสิบสามปี

ทุกคนมีสิทธิ์ที่จะมีความสุข แต่มีผู้คนไม่มากนักที่รู้สึกมีความสุขอย่างแท้จริง โดยเฉพาะอย่างยิ่ง ในโลกที่เต็มไปด้วยเหตุร้าย โรคภัยไข้เจ็บ และอาชญากรรมหลากหลายชนิดในปัจจุบันนับเป็นสิ่งที่ยากที่จะรับประกันความสุขของผู้หนึ่งผู้ใด

แต่มีผู้หนึ่งที่ต้องการให้เรามีประสบการณ์กับความสุขมากกว่าคนอื่น ผู้นั้นคือพระเจ้าพระบิดาผู้ทรงสร้างเรานั่นเอง พ่อแม่ส่วนใหญ่มีใจปรารถนาที่จะมอบทุกสิ่งทุกอย่างให้กับลูกของตนอย่างไม่มีเงื่อนไขเพื่อความสุขของเขา พระเจ้าของเราทรงรักเรามากกว่าพ่อแม่ทั่ว ๆ ไปและพระองค์ทรงปรารถนาที่จะอวยพระพรเรามากกว่าพ่อแม่คนหนึ่งคนใด

พระเจ้าองค์นี้ทรงต้องการให้ลูกของพระองค์พบกับความทุกข์ทรมานหรือภัยพิบัติได้อย่างไร ไม่มีสิ่งใดที่ยิ่งใหญ่ไปกว่าความปรารถนาของพระเจ้าที่มีต่อเรา

ถ้าเราสามารถหยั่งรู้ความหมายฝ่ายวิญญาณและการจัดเตรียมของพระเจ้าที่ปรากฏอยู่ในภัยพิบัติสิบประการที่เกิดขึ้นกับอียิปต์เราก็จะเข้าใจถึงความรักของพระองค์เช่นกัน นอกจากนี้ เรายังสามารถค้นพบวิธีการหลีกเลี่ยงภัยพิบัติด้วยเช่นกัน แต่ถึงแม้ว่าเรากำลังเผชิญหน้ากับภัยพิบัติเราก็สามารถค้นพบทางออกและก้าวไปสู่หนทางแห่งพระพรได้

เมื่อพบกับความยากลำบาก แม้ผู้คนจำนวนมากไม่เชื่อในพระเจ้าแต่เขาก็ยังบ่นต่อว่าพระองค์ มีบางคนในหมู่ผู้เชื่อที่ไม่เข้าใจพระทัยของพระเจ้าเมื่อเขาพบกับความยากลำบาก คนเหล่านี้เสียกำลังใจและตกอยู่ในความสิ้นหวัง

โยบเป็นคนที่ร่ำรวยที่สุดในแถบตะวันออก แต่เมื่อภัยพิบัติเกิ

ดขึ้นกับท่าน ครั้งแรกท่านไม่เข้าใจน้ำพระทัยของพระเจ้า ท่านพูดเสมือนหนึ่งว่าท่านคาดหวังว่าสิ่งที่ได้เกิดขึ้นกับท่านนั้นอาจเกิดขึ้นกับท่าน คำพูดนี้ปรากฏอยู่ในโยบ 2:10 ท่านพูดว่าในเมื่อท่านได้รับเอาพระพรจากพระเจ้า ท่านก็มีโอกาสที่จะรับเอาความยากเข็ญได้เช่นกัน อย่างไรก็ตาม ท่านเข้าใจผิดโดยคิดว่าพระเจ้าทรงมอบพระพรและภัยพิบัติโดยไม่มีสาเหตุหรือเหตุผล

พระเจ้าทรงมีน้ำพระทัยให้กับเราพบสันติสุขไม่ใช่ความหายนะ ก่อนที่เราจะเข้าไปสู่ภัยพิบัติสิบประการที่มาเหนืออียิปต์ ขอให้เราพิจารณาถึงสถานการณ์และสภาพแวดล้อมในเวลานั้น

การสร้างชนชาติอิสราเอล

อิสราเอลเป็นชนชาติที่ถูกเลือกสรรของพระเจ้า เราเห็นถึงการจัดเตรียมและน้ำพระทัยของพระเจ้าอย่างชัดเจนในประวัติศาสตร์ของชนชาตินี้ อิสราเอลเป็นชื่อที่พระเจ้าทรงมอบให้กับยาโคบหลานชายของอับราฮัม อิสราเอลหมายความว่า "เจ้าสู้กับพระเจ้าและมนุษย์และได้ชัยชนะ" (ปฐมกาล 32:28)

อิสอัคเป็นบุตรชายของอับราฮัมและอิสอัคมีบุตรชายฝาแฝดสองคนซึ่งได้แก่เอซาวและยาโคบ เป็นเรื่องผิดปกติที่ยาโคบบุตรชายคนที่สองจับส้นเท้าของเอซาวพี่ชายของตนเมื่อทั้งสองเกิดมา ยาโคบอยากได้สิทธิบุตรหัวปีซึ่งเป็นของเอซาวพี่ชายของตน

เพราะเหตุนี้ยาโคบจึงซื้อสิทธิบุตรหัวปีจากเอซาวด้วยขนมปังและถั่วแดงต้มในเวลาต่อมา ยาโคบยังใช้เล่ห์เหลี่ยมหลอกลวงอิสอัคบิดาของตนเพื่อรับเอาคำอวยพรของบุตรหัวปีซึ่งเป็นของเอซาวเช่นกัน

ความคิดของผู้คนในปัจจุบันเปลี่ยนแปลงไปอย่างมากมาย ผู้คนไม่เพียงแต่มอบมรดกให้แก่บุตรชายแต่ยังมอบให้กับบุตรสาวของตนด้วยเช่นกัน แต่ในอดีต บุตรชายหัวปีเท่านั้นที่เป็นผู้รับมรดกจากบิดาของตน ในอิสราเอลก็เช่นเดียวกัน พระพรสำหรับบุตรหัวปีเป็นพระพรที่ยิ่งใหญ่มาก

พระคัมภีร์บอกเราว่ายาโคบได้รับพระพรของบุตรหัวปีด้วยวิธีการที่ล่อลวง แต่ท่านปรารถนาที่จะรับเอาพระพรของพระเจ้า ยาโคบต้องประสบกับความทุกข์ยากลำบากมากมายก่อนที่ท่านจะได้รับพระพรดังกล่าวอย่างแท้จริง ยาโคบต้องหลบหนีเอาตัวรอดจากพี่ชายของตน ท่านรับใช้ลาบันลุงของท่านเป็นเวลาถึง 20 ปีและในขณะที่รับใช้อยู่นั้นยาโคบต้องทนกับการถูกลาบันหลอกลวงและคดโกงอยู่หลายครั้ง

เมื่อยาโคบเดินทางกลับบ้านท่านต้องเผชิญกับสถานการณ์ที่คุกคามชีวิตเนื่องจากพี่ชายของท่านยังคงโกรธเคืองท่านอยู่ ยาโคบต้องเผชิญกับความยากลำบากเหล่านี้เพราะท่านเป็นคนมีเล่ห์เหลี่ยมซึ่งมุ่งแสวงหาผลประโยชน์ของตนเองเพียงฝ่ายเดียว

แต่เนื่องจากยาโคบเกรงกลัวพระเจ้ามากกว่าผู้หนึ่งผู้ใดท่านจึงทำลาย "ตัวตน" หรือ "อัตตา" ของท่านผ่านช่วงเวลาแห่งความยากลำบากเหล่านี้ ในที่สุดยาโคบจึงได้รับพระพรของพระเจ้าและประเทศอิสราเอลจึงถูกสร้างขึ้นผ่านทางบุตรชายทั้งสิบสองคนของท่าน

เบื้องหลังของอพยพและการปรากฏตัวของโมเสส

เพราะเหตุใดชนชาติอิสราเอลจึงเป็นทาสในอียิปต์

ยาโคบผู้เป็นบิดาของอิสราเอลแสดงความลำเอียงต่อโยเซฟบุตร

ชายที่สิบเอ็ดของท่าน โยเซฟเกิดจากนางราเชลภรรยาที่ยาโคบรักมากที่สุด ความลำเอียงนี้ทำให้พวกพี่ชายต่างมารดาของโยเซฟเกิดความอิจฉาและในที่สุดคนเหล่านั้นได้ขายโยเซฟไปเป็นทาสที่อียิปต์

โยเซฟยำเกรงพระเจ้าและประพฤติตนอยู่ในความซื่อตรง ท่านเดินกับพระเจ้าในทุกสิ่ง และท่านได้รับมอบหมายจากกษัตริย์เพื่อให้เป็นผู้ปกครองเหนือแผ่นดินทั้งสิ้นของอียิปต์ในช่วงเวลาเพียง 13 ปีหลังจากท่านถูกขายไปยังประเทศนี้

ในช่วงนั้นเกิดการกันดารอาหารครั้งใหญ่ในตะวันออกใกล้ ยาโคบและครอบครัวของท่านอพยพเข้าไปอยู่ในอียิปต์ด้วยความเอื้อเฟื้อของโยเซฟ เนื่องจากอียิปต์ได้รับการช่วยกู้ให้พ้นจากการกันดารอาหารอย่างรุนแรงโดยอาศัยสติปัญญาของโยเซฟ ฟาโรห์และชาวอียิปต์จึงปฏิบัติกับครอบครัวของท่านอย่างดีเยี่ยมและมอบดินแดนเมืองโกเชนให้กับคนเหล่านี้

หลังจากหลายชั่วอายุคนผ่านไปจำนวนประชากรของคนอิสราเอลเพิ่มมากขึ้นอย่างต่อเนื่อง สิ่งนี้ทำให้คนอียิปต์เกิดความหวาดกลัว เพราะโยเซฟได้เสียชีวิตไปเป็นเวลาหลายร้อยปีแล้ว ดังนั้นคนอียิปต์จึงลืมคุณงามความดีของโยเซฟไปอย่างสิ้นเชิง

ในที่สุด คนอียิปต์จึงเริ่มกดขี่ข่มเหงคนอิสราเอลและทำให้คนเหล่านั้นเป็นทาสรับใช้ของตน คนอิสราเอลถูกบังคับให้ทำงานหนัก

ยิ่งกว่านั้น เพื่อหยุดการเพิ่มจำนวนของประชากรอิสราเอล ฟาโรห์จึงบัญชาให้นางผดุงครรภ์ชาวฮีบรูสังหารทารกเกิดใหม่เพศชายทุกคน

โมเสสผู้นำของการอพยพถือกำเนิดขึ้นมาในช่วงเวลาแห่งความมืดมิดนี้

มารดาของท่านเห็นว่าโมเสสเป็นเด็กรูปงามเธอจึงซ่อนท่านไว้เป็นเวลาถึงสามเดือน เมื่อเธอไม่สามารถซ่อนโมเสสไว้ได้อีกต่อไปมารดาของโมเสสจึงใส่ท่านไว้ในตะกร้าสานและนำไปวางไว้ที่กอปรืออริมฝั่งแม่น้ำไนล์

ในเวลานั้น พระราชธิดาของฟาโรห์ลงไปสรงน้ำที่แม่น้ำ พระนางทรงมองเห็นตะกร้าและเมื่อพบว่ามีทารกอยู่ในตะกร้านั้นเธอจึงต้องการเก็บทารกคนนั้นเอาไว้เลี้ยงดู พี่สาวของโมเสสเฝ้าดูสิ่งที่เกิดขึ้นอยู่ตลอดเวลา เมื่อได้จังหวะเธอจึงเสนอให้พระธิดารับเอานางโยเคเบดมารดาของโมเสสมาเป็นแม่นมเลี้ยงดูโมเสส ดังนั้นโมเสสจึงได้รับการเลี้ยงดูจากมารดาที่แท้จริงของท่าน

โมเสสจึงได้เรียนรู้เกี่ยวกับพระเจ้าของอับราฮัม อิสอัค และยาโคบรวมทั้งเรียนรู้เกี่ยวกับชนชาติอิสราเอลด้วยวิธีการที่เป็นธรรมชาติ

การเติบโตขึ้นในพระราชวังของฟาโรห์ทำให้โมเสสได้รับวิชาความรู้ในด้านต่าง ๆ ซึ่งช่วยเตรียมท่านให้พร้อมสำหรับการเป็นผู้นำ ในเวลาเดียวกันท่านได้เรียนรู้เกี่ยวกับพระเจ้าและประชาชนของท่านอย่างชัดเจน ความรักที่ท่านมีต่อพระเจ้าและต่อประชาชนของท่านเพิ่มพูนมากขึ้นด้วยเช่นกัน

พระเจ้าทรงเลือกโมเสสเป็นผู้นำของการอพยพ ท่านได้เรียนรู้และฝึกฝนการเป็นผู้นำและการควบคุมดูแลมาตั้งแต่เกิด

โมเสสและฟาโรห์

วันหนึ่ง จุดเปลี่ยนผันในชีวิตของโมเสสก็บังเกิดขึ้น ท่านเป็นห่วงชาวฮีบรูประชากรของท่านอยู่เสมอและมีความวิตกกังวลต่อความทุกข์และการตรากตรำทำงานหนักของคนเหล่านั้น วันหนึ่งเมื่อโมเสสเห็นชาวอียิปต์ทุบตีคนฮีบรูท่านก็ไม่สามารถควบคุมความโกรธของตนเอาไว้และได้สังหารชาวอียิปต์คนนั้นเสีย เมื่อฟาโรห์ทรงทราบถึงเรื่องนี้โมเสสจึงหลบหนีท่านไป

โมเสสต้องใช้เวลา 40 ปีต่อมาเป็นผู้เลี้ยงแกะในถิ่นทุรกันดารของคนมีเดียน สิ่งเหล่านี้ล้วนเป็นการจัดเตรียมของพระเจ้าเพื่อทำให้ท่านมีความพร้อมที่จะเป็นผู้นำของการอพยพ ในช่วงสี่สิบปีของการดูแลแกะให้กับพ่อตาชาวมีเดียนของท่านโมเสสได้ละทิ้งศักดิ์ศรีของการเป็นราชโอรสของอียิปต์และท่านเป็นคนถ่อมใจ

พระเจ้าทรงเรียกโมเสสให้เป็นผู้นำของการอพยพภายหลังจากเหตุการณ์เหล่านี้

"ฝ่ายโมเสสจึงทูลพระเจ้าว่า 'ข้าพระองค์เป็นผู้ใดเล่าจึงจะไปเฝ้าฟาโรห์และนำคนอิสราเอลออกจากอียิปต์'" (อพยพ 3:11)

เนื่องจากโมเสสเลี้ยงลูกแกะเพียงอย่างเดียวตลอดระยะเวลาสี่สิบปีท่านจึงขาดความมั่นใจ พระเจ้าทรงทราบถึงจิตใจของท่านเช่นกันและพระองค์ทรงสำแดงให้ท่านเห็นหมายสำคัญอีกมากมาย (เช่น การทำให้ไม้เท้ากลายเป็นงู) เพื่อใช้ท่านไปหาฟาโรห์และแจ้งให้ท่านทราบถึงพระบัญชาของพระเจ้า

โมเสสถ่อมตัวลงอย่างสิ้นเชิงและเชื่อฟังคำบัญชาของพระเจ้า แต่ฟาโรห์แตกต่างจากโมเสสเพราะฟาโรห์เป็นคนดื้อรั้นที่มีจิตใจแข็งกระด้าง

คนที่มีจิตใจแข็งกระด้างจะไม่ยอมเปลี่ยนแปลงแม้เขาได้เห็นการทำงานอันยิ่งใหญ่ของพระเจ้า ในบรรดาดินสี่ชนิดในคำอุปมาที่พระเยซูตรัสไว้ในมัทธิว 13:18-23 คนที่มีจิตใจแข็งกระด้างเปรียบได้กับดิน "ริมหนทาง" ดินริมหนทางแข็งกระด้างมากเพราะมีผู้คนเดินอยู่บนดินชนิดนี้ คนที่มีจิตใจชนิดนี้จะไม่ยอมเปลี่ยนแปลงแม้หลังจากที่เขาได้เห็นการทำงานของพระเจ้า

ในเวลานั้นคนอียิปต์มีลักษณะที่แข็งแกร่งและกล้าหาญเหมือนราชสีห์ ฟาโรห์ผู้ปกครองของอียิปต์มีอำนาจเบ็ดเสร็จและเป็นเหมือนเทพเจ้าของคนอียิปต์ ประชาชนชาวอียิปต์จึงปรนนิบัติฟาโรห์เหมือนดังเทพเจ้าองค์หนึ่ง

ประชาชนที่พระเจ้าทรงส่งโมเสสไปแจ้งข่าวกับเขาเป็นผู้คนที่มีความเข้าใจทางวัฒนธรรมในทำนองนี้ คนเหล่านั้นไม่รู้จักพระเจ้าที่โมเสสพูดถึงและเขาไม่รู้ว่าพระเจ้าผู้ทรงบัญชาฟาโรห์ให้ปล่อยคนอิสราเอลออกไปจากอียิปต์นั้นเป็นใคร ดังนั้นจึงเห็นได้ชัดว่าประชาชนไม่เข้าใจในสิ่งที่โมเสสพูดกับเขา

คนเหล่านั้นกำลังได้รับประโยชน์จากการใช้แรงงานของคนอิสราเอล ดังนั้นจึงเป็นการยากที่เขาจะยอมรับคำพูดของโมเสส

ในปัจจุบันก็เช่นเดียวกัน มีหลายคนที่เห็นว่าความรู้ ชื่อเสียง อำนาจ หรือทรัพย์สมบัติของตนเท่านั้นที่ดีที่สุด เขาแสวงหาประโยชน์ของตนเองและไว้วางใจในความสามารถของตนเพียงอย่างเดียว คนเหล่านี้เย่อหยิ่งจองหองและจิตใจแข็งกระด้าง

จิตใจของฟาโรห์และของประชาชนชาวอียิปต์ก็แข็งกระด้าง ดังนั้นคนเหล่านี้จึงไม่เชื่อฟังน้ำพระทัยของพระเจ้าที่ตรัสผ่านโมเสส คนเหล่านั้นไม่เชื่อฟังจนถึงวาระสุดท้ายและในที่สุดเขาก็พบกั

บความตาย

แน่นอน แม้ว่าจิตใจของฟาโรห์จะแข็งกระด้าง แต่พระเจ้าก็ไม่ได้ทรงอนุญาตให้มีภัยพิบัติเกิดขึ้นตั้งแต่แรก

สดุดี 145:8 กล่าวว่า "พระเจ้าทรงพระเมตตากรุณา ทรงกริ้วช้าและมีความรักมั่นคงอย่างอุดม" พระเจ้าทรงสำแดงฤทธิ์อำนาจของพระองค์ให้คนเหล่านั้นเห็นหลายครั้งผ่านทางโมเสส พระเจ้าทรงต้องการให้เขายอมรับและเชื่อฟังพระองค์ แต่จิตใจของฟาโรห์กลับมีจิตใจแข็งกระด้างมากยิ่งขึ้น

พระเจ้าผู้ทรงทอดพระเนตรเห็นความคิดและจิตใจของมนุษย์ทุกคนทรงบอกให้โมเสสทราบทุกสิ่งทุกอย่างเกี่ยวกับสิ่งที่ท่านกำลังจะทำ

"เราจะทำให้ใจของฟาโรห์แข็งกระด้างไป แม้เราจะกระทำหมายสำคัญและอัศจรรย์ให้ทวีมากขึ้นในประเทศอียิปต์ ฟาโรห์จะไม่เชื่อฟังเจ้า แล้วเราจะยกมือของเราขึ้นปราบประเทศอียิปต์และจะพาพลโยธาของเราคือชนชาติอิสราเอลให้พ้นจากแผ่นดินอียิปต์ด้วยกิจการใหญ่โตอันทรงฤทธิ์ ชาวอียิปต์จะรู้ว่าเราคือพระเจ้าต่อเมื่อเราได้ยกมือขึ้นปราบอียิปต์และพาชนชาติอิสราเอลออกจากพวกเขา" (อพยพ 7:3-5)

จิตใจของฟาโรห์แข็งกระด้างและภัยพิบัติสิบประการ

ในขั้นตอนทั้งหมดในหนังสืออพยพเราพบข้อความที่ว่า "เรา [พระเจ้า] จะทำให้ใจของฟาโรห์แข็งกระด้างไป" ปรากฏให้เห็นอยู่หลายครั้ง

ถ้าพิจารณาตามตัวอักษรอาจดูเหมือนว่าพระเจ้าทรงจงใจที่จะทำให้จิตใจของฟาโรห์แข็งกระด้างและบางคนอาจเข้าใจผิดว่าพระเจ้าเป็นเหมือนจอมเผด็จการ แต่นี่ไม่ใช่ความจริง

พระเจ้าทรงปรารถนาให้ทุกคนไปถึงความรอด (1 ทิโมธี 2:4) พระองค์ทรงต้องการให้คนที่จิตใจแข็งกระด้างที่สุดรู้จักความจริงและไปถึงความรอด

พระเจ้าทรงเป็นพระเจ้าแห่งความรัก พระองค์จะไม่มีวันจงใจที่จะทำให้จิตใจของฟาโรห์แข็งกระด้างเพื่อจะเปิดเผยให้เขาเห็นสง่าราศีของพระองค์ นอกจากนั้น การที่พระเจ้าทรงส่งโมเสสไปพบฟาโรห์ครั้งแล้วครั้งเล่าเราจึงเข้าใจได้ว่าพระเจ้าทรงต้องการให้ฟาโรห์และมนุษย์ทุกคนเปลี่ยนจิตใจของตนและเชื่อฟังพระองค์

พระเจ้าทรงกระทำทุกสิ่งทุกอย่างด้วยความเป็นระเบียบ ความรัก และความยุติธรรมตามถ้อยคำที่บันทึกไว้ในพระคัมภีร์ ถ้าเราทำชั่วและไม่ฟังพระคำของพระเจ้าผีมารซาตานจะกล่าวโทษเรา เพราะเหตุนี้เราจึงพบกับการทดสอบและการทดลอง แต่ผู้คนที่เชื่อฟังพระคำของพระเจ้าและดำเนินชีวิตอยู่ในความชอบธรรมจะได้รับพระพร

มนุษย์เลือกการกระทำของเขาด้วยเสรีภาพแห่งการตัดสินใจของตนเอง พระเจ้าไม่ได้ทรงกำหนดว่าใครจะได้รับพระพรและใครจะไม่ได้รับ ถ้าพระเจ้าไม่ใช่พระเจ้าแห่งความรักและความยุติธรรม พระองค์คงทำให้เกิดภัยพิบัติอันยิ่งใหญ่เหนืออียิปต์ทันทีตั้งแต่แรกเพื่อทำให้ฟาโรห์ยอมจำนน

พระเจ้าไม่ทรงปรารถนา "การเชื่อฟังด้วยการบีบบังคับ" ซึ่งเกิดมาจากความกลัว พระองค์ทรงต้องการให้มนุษย์เปิดจิตใจข

องตนและเชื่อฟังพระองค์ด้วยเสรีภาพแห่งการตัดสินใจของเขา ประการแรก พระเจ้าทรงอนุญาตให้เรารู้จักน้ำพระทัยของพระองค์และพระองค์ทรงสำแดงฤทธิ์อำนาจให้เราเห็นเพื่อเราจะเชื่อฟัง แต่เมื่อเราไม่เชื่อฟัง พระองค์จะทรงอนุญาตให้เราประสบกับความยากลำบากเล็ก ๆ น้อย ๆ เพื่อให้เราสำนึกตัวและทำให้เราค้นพบตนเอง

พระเจ้าผู้ยิ่งใหญ่ทรงทราบจิตใจของมนุษย์ทุกคน พระองค์ทรงรู้ถึงความชั่วร้ายที่ถูกเปิดเผยออกมา พระองค์ทรงบอกถึงวิธีการกำจัดความชั่วร้ายนั้นและทรงบอกถึงแนวทางที่จะรับเอาคำตอบต่อปัญหาต่าง ๆ ของเรา

ในปัจจุบันพระองค์ยังทรงนำเราด้วยวิธีการที่ดีเยี่ยมและทรงบอกให้เราทราบถึงวิธีการที่ดีที่สุดเพื่อจะทำให้เราเป็นบุตรที่บริสุทธิ์ของพระเจ้า

บางครั้งพระเจ้าทรงอนุญาตให้เราพบกับการทดสอบและการทดลองที่เราสามารถเอาชนะได้ นี่เป็นแนวทางที่จะทำให้เราค้นพบและกำจัดความชั่วร้ายที่อยู่ภายในเรา เมื่อวิญญาณจิตของเราจำเริญขึ้นพระองค์ก็ทรงช่วยให้เราเกิดผลดีในทุกสิ่งและทรงทำให้เรามีพลานามัยสมบูรณ์

แต่ฟาโรห์ไม่ได้กำจัดความชั่วร้ายของตนทิ้งไปเมื่อพระเจ้าทรงเปิดเผยให้ท่านเห็นถึงความชั่วร้ายของตน ฟาโรห์ทำให้จิตใจของตนแข็งกระด้างและไม่เชื่อฟังพระคำของพระเจ้าอย่างต่อเนื่อง เพราะพระเจ้าทรงทราบถึงสภาพจิตใจดังกล่าวของฟาโรห์พระองค์จึงทรงอนุญาตให้จิตใจที่แข็งกระด้างของท่านถูกเปิดเผยออกมาผ่านทางภัยพิบัติเหล่านั้น เพราะเหตุนี้พระคัมภีร์จึงกล่าวว่า "เรา

[พระเจ้า] จะทำให้ใจของฟาโรห์แข็งกระด้างไป”

โดยทั่วไปคนที่มี “จิตใจที่แข็งกระด้าง” หมายความว่าบุคคลนั้นมีลักษณะที่ดื้อรั้นและชอบจับผิดคนอื่น แต่การที่พระคัมภีร์บันทึกว่าฟาโรห์มีจิตใจแข็งกระด้างนั้นไม่ได้หมายความว่าท่านไม่เชื่อฟังพระคำของพระเจ้าเพราะความชั่วร้ายของตนเท่านั้น แต่ยังหมายความว่าฟาโรห์ต่อสู้กับพระเจ้าด้วยเช่นกัน

ข้าพเจ้าอธิบายไว้ก่อนหน้านี้ว่าฟาโรห์ยึดเอาตนเองเป็นศูนย์กลางโดยเห็นว่าตนเป็นเหมือนเทพเจ้าองค์หนึ่ง ประชาชนทุกคนเชื่อฟังท่านและท่านไม่กลัวสิ่งหนึ่งสิ่งใด ถ้าฟาโรห์มีจิตใจที่ดีงามท่านก็คงเชื่อในพระเจ้าจากการที่ได้เห็นการทำงานอันยิ่งใหญ่ของพระเจ้าผ่านทางโมเสสแม้ท่านไม่เคยรู้จักพระเจ้ามาก่อน

ยกตัวอย่าง เนบูคัดเนสซาร์แห่งบาบิโลนผู้มีชีวิตอยู่ในช่วงระหว่างปีก่อนคริสตศักราช 605-562 ไม่เคยรู้จักพระเจ้า แต่เมื่อท่านเห็นถึงฤทธิ์อำนาจของพระเจ้าที่ได้สำแดงผ่านทางชัดรัค เมชาค และเอเบดเนโกสหายทั้งสามคนของดาเนียล เนบูคัดเนสซาร์ก็มีศรัทธาในพระองค์

“เนบูคัดเนสซาร์ตรัสว่า ‘สาธุการแด่พระเจ้าของชัดรัค เมชาค และเอเบดเนโกผู้ได้ส่งทูตสวรรค์ของพระองค์มาช่วยกู้ผู้รับใช้ของพระองค์ผู้ที่วางใจในพระองค์ กระทำให้พระบัญญัติของพระราชาเหลวไปและยอมพลีร่างกายของเขาเสียดีกว่าที่จะปรนนิบัติและนมัสการพระอื่นนอกจากพระเจ้าของเขาเอง เพราะฉะนั้นเราจึงออกกฤษฎีกาว่าชนชาติ ประชาชาติ หรือภาษาใด ๆ ที่กล่าวมิดีมิร้ายต่อพระเจ้าของชัดรัค เมชาค และเอเบดเนโก แขนขาต้องถูกทึ้งออกเสียและบ้านเรือนของเขาจะต้องถูกทำลาย เพราะว่าไม่มีพระองค์อื

นที่จะสามารถช่วยกู้ในทางนี้ได้'" (ดาเนียล 3:28-29)

ชัดรัค เมชาค และเอเบดเนโกตกไปเป็นเชลยในต่างแดนตั้งแต่อยู่ในวัยเด็ก แต่คนเหล่านั้นไม่ยอมก้มกราบนมัสการรูปเคารพเพื่อเขาจะเชื่อฟังพระบัญญัติของพระเจ้า ดังนั้นทั้งสามคนจึงถูกโยนลงไปในเตาเพลิง แต่เขาไม่ได้รับอันตราย แม้แต่ผมที่ศีรษะของเขาก็ไม่หงิกงอ เมื่อเนบูคัดเนสซาร์ทอดพระเนตรเห็นเหตุการณ์นั้นพระองค์จึงยอมรับเอาพระเจ้าองค์เที่ยงแท้ในทันที

เนบูคัดเนสซาร์ไม่เพียงแต่ยอมรับนับถือพระเจ้าองค์ยิ่งใหญ่เมื่อพระองค์ทอดพระเนตรเห็นการทำงานอันอัศจรรย์ของพระเจ้าที่อยู่เหนือความสามารถของมนุษย์เท่านั้น แต่พระองค์ทรงถวายเกียรติแด่พระเจ้าต่อหน้าประชาชนทั้งปวงของพระองค์ด้วยเช่นกัน

แต่ฟาโรห์ไม่ยอมรับนับถือพระเจ้าแม้ท่านได้เห็นถึงการทำงานด้วยฤทธิ์อำนาจของพระเจ้าแล้วก็ตาม จิตใจของฟาโรห์กลับแข็งกระด้างเพิ่มมากขึ้น ฟาโรห์ยินยอมให้คนอิสราเอลเดินทางออกจากอียิปต์หลังจากที่ท่านประสบกับภัยพิบัติไม่ใช่เพียงสองหรือสามประการแต่หลังจากที่ท่านพบกับภัยพิบัติทั้งสิบประการ

แต่จิตใจที่แข็งกระด้างของฟาโรห์ยังคงไม่เปลี่ยนแปลง ท่านกลับรู้สึกเสียใจที่ยอมให้คนอิสราเอลเดินทางออกจากอียิปต์ ดังนั้นฟาโรห์จึงไล่ตามคนอิสราเอลด้วยกองทัพของท่านและในที่สุดฟาโรห์และกองทัพของท่านก็เสียชีวิตในทะเลแดง

คนอิสราเอลอยู่ภายใต้การคุ้มครองของพระเจ้า

ในขณะที่แผ่นดินอียิปต์ประสบกับภัยพิบัตินานาชนิด แม้ว่าคนอิสราเอลจะอยู่ในแผ่นดินอียิปต์แต่คนเหล่านั้นก็ไม่ได้รับผลกร

ะทบจากภัยพิบัติเหล่านั้นเลย พระเจ้าทรงปกป้องคุ้มครองเหนือดินแดนโกเชนซึ่งเป็นที่อยู่อาศัยของคนอิสราเอลเป็นพิเศษ

ถ้าพระเจ้าทรงปกป้องคุ้มครองเรา เราก็ได้รับความปลอดภัยจากความทุกข์ยากลำเค็ญและภัยพิบัติทั้งปวง ถึงแม้ในยามที่เราพบกับโรคภัยไข้เจ็บหรือความทุกข์ยากลำบากเราก็จะได้รับการรักษาให้หายและมีชัยชนะเหนือสิ่งเหล่านั้นด้วยฤทธิ์อำนาจของพระเจ้า

คนอิสราเอลได้รับการปกป้องคุ้มครองไม่ใช่เพราะเขามีความเชื่อและความชอบธรรม เขาได้รับการคุ้มครองเพราะเขาเป็นชนชาติที่พระเจ้าทรงเลือกสรร คนเหล่านี้แตกต่างจากชาวอียิปต์เพราะเขาแสวงหาพระเจ้าในความทุกข์ยากลำบากของเขาและเพราะคนอิสราเอลยอมรับนับถือพระเจ้าเขาจึงอยู่ภายใต้การคุ้มครองของพระองค์

ในทำนองเดียวกัน แม้เรายังมีความชั่วร้ายบางชนิดอยู่บ้างในชีวิตของเรา แต่ด้วยข้อเท็จจริงที่ว่าเราเป็นบุตรของพระเจ้าเราก็สามารถรับการปกป้องคุ้มครองให้พ้นจากภัยพิบัติที่มาเหนือคนที่ไม่เชื่อได้

ทั้งนี้ก็เพราะว่าเราได้รับการยกโทษบาปโดยพระโลหิตของพระเยซูคริสต์และเป็นบุตรของพระเจ้า ด้วยเหตุนี้ เราจึงไม่ได้เป็นลูกของมารที่นำการทดลองและภัยพิบัติมาเหนือเราอีกต่อไป

นอกจากนี้ เมื่อความเชื่อของเราจำเริญขึ้น เราจะรักษาวันขององค์พระผู้เป็นเจ้าให้เป็นวันที่บริสุทธิ์ กำจัดความชั่วร้ายของเราทิ้งไป และเชื่อฟังพระคำของพระเจ้า ดังนั้นเราจึงสามารถรับเอาพระพรและความรักของพระเจ้า

“ดูก่อน คนอิสราเอล พระเยโฮวาห์พระเจ้าของท่านทรงประสงค์ใ

ห้ท่านกระทำอย่างไร คือให้ยำเกรงพระเยโฮวาห์พระเจ้าของท่าน ให้ดำเนินตามทางทั้งปวงของพระองค์ ให้รักพระองค์ ให้ปรนนิบัติพระเยโฮวาห์พระเจ้าของท่านด้วยสุดจิตสุดใจของท่านทั้งหลาย และให้รักษาพระบัญญัติและกฎเกณฑ์ของพระเจ้าซึ่งข้าพเจ้าบัญชาท่านในวันนี้เพื่อประโยชน์ของท่านทั้งหลาย" (เฉลยธรรมบัญญัติ 10:12-13)

บทที่ 2

ชีวิตแห่งการไม่เชื่อและภัยพิบัติ

อพยพ 7:8-13

พระจ้าตรัสกับโมเสสและอาโรนว่า “เมื่อฟาโรห์สั่งเจ้าว่า ‘จงแสดงอัศจรรย์พิสูจน์งานของเจ้า’ เจ้าจงพูดกับอาโรนว่า ‘เอาไม้เท้าของท่านโยนลงต่อหน้าฟาโรห์ ไม้เท้าจะได้กลายเป็นงู’” โมเสสกับอาโรนจึงเข้าไปเฝ้าฟาโรห์ เขากระทำตามที่พระจ้าทรงบัญชา อาโรนโยนไม้เท้าลงต่อหน้าฟาโรห์และข้าราชการทั้งปวง ไม้นั้นก็กลายเป็นงู ฝ่ายฟาโรห์ก็ทรงเรียกพวกนักปราชญ์และพวกนักวิทยากลมา พวกเขาเป็นพวกนักแสดงกลแห่งอียิปต์จึงทำได้เหมือนกันด้วยศิลปะอันลี้ลับของเขา
เมื่อเขาต่างคนต่างโยนไม้เท้าลง ไม้เท้าเหล่านั้นก็กลายเป็นงู แต่ไม้เท้าของอาโรนกลืนไม้เท้าของพวกเขาเสียทั้งหมด ถึงกระนั้นพระทัยของฟาโรห์ก็กระด้างหายอมเชื่อเขาทั้งสองไม่
จริงดังที่พระจ้าตรัสไว้แล้ว

คาร์ล มาร์กเป็นคนที่ปฏิเสธพระเจ้า เขาก่อตั้งลัทธิคอมมิวนิสต์บนพื้นฐานของแนวคิดแบบวัตถุนิยม ทฤษฎีของเขาเป็นต้นเหตุให้ผู้คนมากมายทอดทิ้งพระเจ้า ในยุคหนึ่งดูเหมือนว่าในไม่ช้าผู้คนทั้งโลกจะรับเอาลัทธิคอมมิวนิสต์ แต่ลัทธิคอมมิวนิสต์ล่มสลายลงภายในเวลา 100 ปี

คาร์ล มาร์กมีสภาพไม่แตกต่างอะไรกับการล่มสลายของลัทธิคอมมิวนิสต์ มาร์กประสบกับความทุกข์ทรมานในชีวิตส่วนตัวของเขาอันเนื่องมาจากอาการฟั่นเฟือนทางสมองและการเสียชีวิตในวัยเด็กของลูก ๆ ของเขา

เฟรดริก ดับเบิ้ลยู นิชเชเจ้าของคำพูดที่ว่า "พระเจ้าตายแล้ว" มีอิทธิพลต่อการทำให้คนผู้คนต่อสู้กับพระเจ้า แต่ต่อมาไม่นานเขากลายเป็นคนเสียสติอันเนื่องมาจากความกลัวและในที่สุดเขาก็พบกับจุดจบอันน่าเศร้า

เราจะเห็นได้ว่าผู้คนที่ต่อสู้กับพระเจ้าและไม่เชื่อฟังพระคำของพระองค์มักประสบกับความลำเค็ญซึ่งเป็นเหมือนภัยพิบัติ คนเหล่านี้มีชีวิตอยู่อย่างน่าสังเวช

ความแตกต่างระหว่างภัยพิบัติ การทดลอง การทดสอบ และความทุกข์เวทนา

ทุกคนล้วนประสบกับปัญหาบางอย่างในชีวิตของตนไม่ว่าเขาจะเป็นผู้เชื่อหรือไม่ก็ตาม ที่เป็นเช่นนี้ก็เพราะว่าชีวิตของเราอยู่ในการจัดเตรียมของพระเจ้าเกี่ยวกับการฝัดร่อนมนุษย์ซึ่งพระองค์ทรงออกแบบเอาไว้เพื่อให้ได้มาซึ่งบุตรที่แท้จริง

พระเจ้าทรงมอบเฉพาะสิ่งที่ดีให้กับเรา แต่หลังจากบาปเข้ามา

ในโลกเนื่องจากความบาปของอาดัม โลกนี้จึงตกอยู่ภายใต้การควบคุมของผีมารซาตาน นับจากเวลานั้นเป็นต้นมามนุษย์ก็ประสบกับความทุกข์ยากลำบากและความเศร้าสลดนานาชนิด

ผู้คนทำบาปเนื่องจากความเกลียดชัง ความโกรธ ความโลภ ความหยิ่งผยอง และการมีความคิดล่วงประเวณี ผู้คนประสบกับการทดสอบและการทดลองที่ผีมารซาตานนำมาเหนือเขาในรูปแบบต่าง ๆ ตามขนาดความรุนแรงของความบาปที่เขาได้กระทำ

เมื่อผู้คนพบกับสถานการณ์ที่ยากลำบากเขามักเรียกสถานการณ์เหล่านั้นว่าภัยพิบัติ นอกจากนั้น เมื่อผู้เชื่อพบกับสิ่งที่ยุ่งยากบ่อยครั้งคนเหล่านี้มักเรียกสิ่งที่ยุ่งยากเหล่านี้ว่า "การทดสอบ" "ความทุกข์เวทนา" หรือ "การทดลอง"

พระคัมภีร์กล่าวเช่นกันว่า "ยิ่งกว่านั้น เราชื่นชมยินดีในความทุกข์ยากของเราด้วยเพราะเรารู้ว่าความทุกข์ยากนั้นทำให้เกิดความอดทนและความอดทนทำให้เห็นว่าเราเป็นคนที่พระเจ้าทรงใช้ได้และการที่เราเห็นเช่นนั้นทำให้เกิดมีความหวังใจ" (โรม 5:3-4)

การที่เราจะเรียกสิ่งที่เกิดขึ้นว่าเป็นภัยพิบัติ การทดสอบ หรือความทุกข์ยากลำบากนั้นขึ้นกับว่าเราดำเนินชีวิตตามความจริงเพียงใดและขึ้นอยู่กับว่าเรามีความเชื่อมากน้อยแค่ไหน

ยกตัวอย่าง เมื่อคนหนึ่งมีความเชื่อแต่เขาไม่ได้ประพฤติตามพระคำที่เขาได้เรียนรู้ พระเจ้าก็ไม่สามารถปกป้องคุ้มครองเขาให้พ้นจากความทุกข์ยากลำบากต่าง ๆ ได้ เราสามารถเรียกสิ่งนี้ว่า "ความทุกข์เวทนา" นอกจากนี้ ถ้าคนหนึ่งละทิ้งความเชื่อของตนและประพฤติตามความเท็จ เขาจะประสบกับภัยพิบัติหรือความ

หายนะ

สมมุติว่าคนหนึ่งฟังพระคำและพยายามที่จะประพฤติตามพระคำนั้น แต่เขาไม่ได้ดำเนินชีวิตด้วยพระคำอย่างครบถ้วนในเวลานี้ บุคคลนี้ต้องมีขั้นตอนในการต่อสู้กับธรรมชาติบาปของตน เมื่อเขาประสบกับความยากลำบากนานาชนิดจากการต่อสู้กับบาปของตนจนถึงกับเลือดไหล พระคัมภีร์กล่าวว่าบุคคลนี้พบกับการทดลองหรือถูกตีสอน กล่าวคือ เราเรียกความยากลำบากที่เขาประสบว่า "การทดลอง"

นอกจากนั้น "การทดสอบ" คือโอกาสที่จะตรวจสอบว่าความเชื่อของแต่ละคนเติบโตมากเพียงใด ดังนั้น "การทดลอง" และ "การทดสอบ" จะเกิดขึ้นกับผู้คนที่พยายามดำเนินชีวิตด้วยพระคำ ถ้าคนหนึ่งหลงไปจากความจริงและทำให้พระเจ้าทรงเดือดดาล เขาจะประสบกับ "ความทุกข์เวทนา" หรือ "ภัยพิบัติ"

สาเหตุของการเกิดภัยพิบัติ

เมื่อคนหนึ่งจงใจทำบาป พระเจ้าจำเป็นต้องหันพระพักตร์ของพระองค์ไปจากเขา จากนั้นผีมารซาตานจะนำภัยพิบัติมาสู่เขา ยิ่งเขาไม่เชื่อฟังพระคำของพระเจ้ามากขึ้นเท่าใด ภัยพิบัติก็จะเกิดขึ้นกับเขามากขึ้นเท่านั้น

ถ้าคนนี้ไม่หันเสียจากความบาปแม้หลังจากที่เขาประสบกับภัยพิบัติ เขาจะพบกับภัยพิบัติรุนแรงมากยิ่งขึ้นเหมือนในกรณีของภัยพิบัติทั้งสิบประการที่มาเหนืออียิปต์ แต่ถ้าเขากลับใจและหันหลังกลับ ภัยพิบัติจะหมดสิ้นไปจากเขาในไม่ช้าด้วยพระเมตตาของพระเจ้า

ผู้คนประสบกับภัยพิบัติเนื่องจากความชั่วร้ายของตน แต่เราสามารถจำแนกผู้คนที่ประสบกับความทุกข์ยากลำบากออกเป็นสองกลุ่ม

คนกลุ่มหนึ่งจะมาหาพระเจ้าและพยายามกลับใจและหันหลังกลับเมื่อเขาประสบกับภัยพิบัติ แต่คนอีกกลุ่มหนึ่งจะบ่นกับพระเจ้าว่า "ข้าพระองค์เข้าร่วมนมัสการในคริสตจักรอย่างขยันขันแข็ง อธิษฐานและถวายทรัพย์อยู่เสมอ แล้วทำไมข้าพเจ้าจึงประสบกับภัยพิบัตินี้เล่า"

ผลลัพธ์ของคนแต่ละกลุ่มจะแตกต่างกันอย่างสิ้นเชิง ภัยพิบัติจะหมดสิ้นไปจากคนกลุ่มแรกและพระเมตตาของพระเจ้าจะลงมาเหนือเขา แต่คนกลุ่มหลังจะไม่สำนึกตัวและไม่รู้ว่าปัญหาของตนคืออะไร ดังนั้นภัยพิบัติที่ร้ายแรงกว่าจะเกิดขึ้นกับเขา

ยิ่งบุคคลมีความชั่วร้ายในจิตใจของตนมากขึ้นเท่าใด เขาก็จะสำนึกถึงความผิดของตนและหันหลังกลับจากความชั่วร้ายยากขึ้นเท่านั้น บุคคลเช่นนี้จะมีจิตใจที่แข็งกระด้างจนเขาไม่สามารถเปิดประตูใจของตนแม้หลังจากที่เขาได้ยินถึงพระกิตติคุณ แม้ว่าเขาจะมีความเชื่อ แต่เขาจะไม่เข้าใจพระคำของพระเจ้า เขาเพียงแต่เข้าร่วมในคริสตจักรแต่ชีวิตของเขาจะไม่เปลี่ยนแปลง

ด้วยเหตุนี้ ถ้าท่านกำลังประสบกับภัยพิบัติ ท่านควรสำนึกว่ามีบางสิ่งบางอย่างไม่ถูกต้องในสายพระเนตรของพระเจ้าและหันไปเสียจากสิ่งนั้นอย่างรวดเร็ว จากนั้นท่านจะพ้นจากภัยพิบัติ

โอกาสที่พระเจ้าประทานให้

ฟาโรห์ปฏิเสธพระคำของพระเจ้าที่ตรัสผ่านทางโมเสส ท่านไม่ได้หันหลังกลับเมื่อภัยพิบัติที่ไม่ร้ายแรงขึ้นกับตน ดังนั้นฟาโรห์จึงต้องประสบกับภัยพิบัติที่ร้ายแรงมากขึ้น เมื่อฟาโรห์ทำสิ่งที่ชั่วร้ายและไม่เชื่อฟังพระเจ้าอย่างต่อเนื่อง ประเทศของท่านจึงอ่อนแอเกินกว่าที่จะได้รับการรื้อฟื้นขึ้นมาใหม่ ในที่สุดท่านก็สิ้นพระชนม์อย่างน่าอนาถ นี่คือความโง่เขลาของฟาโรห์

ต่อมาภายหลังโมเสสกับอาโรนพากันเข้าเฝ้าฟาโรห์ทูลว่า "พระเจ้าของอิสราเอลตรัสดังนี้ว่า 'จงปล่อยประชากรของเราไปเพื่อเขาจะได้ทำการเลี้ยงนมัสการเราในถิ่นทุรกันดาร'" (อพยพ 5:1) เมื่อโมเสสขอร้องให้ฟาโรห์ปล่อยคนอิสราเอลไปตามพระคำของพระเจ้า ฟาโรห์ปฏิเสธทันทีว่า

ฟาโรห์จึงตรัสว่า "พระเจ้านั้นเป็นผู้ใดเล่าเราจึงจะต้องฟังคำของพระองค์และปล่อยคนอิสราเอลไป เราไม่รู้จักพระเจ้าและยิ่งกว่านั้นเราจะไม่ยอมปล่อยคนอิสราเอลไปเป็นอันขาด" (อพยพ 5:2)

เขาทั้งสองจึงทูลว่า "พระเจ้าของคนฮีบรูทรงปรากฏแก่ข้าพระบาท ดังนั้นขอโปรดให้ข้าพระบาททั้งหลายเดินทางไปในถิ่นทุรกันดารสักสามวันเพื่อจะได้ทำพิธีถวายสัตวบูชาแด่พระเจ้าของข้าพระบาท หาไม่พระองค์จะทรงลงโทษพวกข้าพระบาทด้วยโรคภัยหรือด้วยดาบ" (อพยพ 5:3)

เมื่อฟาโรห์ได้ยินถ้อยคำจากโมเสสและอาโรน ท่านจึงกล่าวหาคนอิสราเอลอย่างไม่มีเหตุผลว่าเป็นคนเกียจคร้านและคิดถึงเรื่องอื่นมากกว่าเรื่องงานของตน ฟาโรห์จึงกดขี่คนอิสราเอลด้วยการใช้แรงงานของเขาอย่างโหดเหี้ยมมากยิ่งขึ้น ก่อนหน้านี้คนอิ

สราเอลได้รับแจกฟางเพื่อทำอิฐ แต่บัดนี้เขาต้องทำอิฐในจำนวนเดียวกันโดยไม่ได้รับแจกฟางเหมือนแต่ก่อน แม้เขาได้รับแจกฟางแต่ก็ไม่ใช่เรื่องง่ายสำหรับคนอิสราเอลที่จะทำอิฐด้วยจำนวนนั้น แต่บัดนี้ฟาโรห์ทรงสั่งให้หยุดแจกฟางแก่คนอิสราเอล เราจะเห็นว่าจิตใจของฟาโรห์แข็งกระด้างมากเพียงใด

เมื่อการใช้แรงงานคนอิสราเอลมีความโหดเหี้ยมมากขึ้นคนอิสราเอลก็เริ่มบ่นว่าโมเสส แต่พระเจ้าทรงส่งโมเสสไปหาฟาโรห์อีกครั้งหนึ่งเพื่อทำหมายสำคัญ พระเจ้าทรงกำลังให้โอกาสกับฟาโรห์ที่ไม่เชื่อฟังพระคำของพระเจ้ากลับใจด้วยสำแดงให้ท่านเห็นถึงฤทธิ์อำนาจของพระองค์

โมเสสกับอาโรนจึงเข้าไปเฝ้าฟาโรห์ เขากระทำตามที่พระเจ้าทรงบัญชา อาโรนโยนไม้เท้าลงต่อหน้าฟาโรห์และข้าราชการทั้งปวง ไม้นั้นก็กลายเป็นงู” (อพยพ 7:10)

พระเจ้าทรงทำให้ไม้เท้ากลายเป็นงูโดยผ่านโมเสสเพื่อพิสูจน์ให้เห็นถึงพระเจ้าผู้ทรงพระชนม์อยู่กับฟาโรห์ที่ไม่รู้จักพระเจ้า

ในฝ่ายวิญญาณ “งู” หมายถึงซาตาน เพราะเหตุใดพระเจ้าจึงทรงทำให้ไม้เท้ากลายเป็นงู

ดินแดนที่โมเสสยืนอยู่และไม้เท้าที่ท่านถืออยู่ในมือล้วนเป็นของโลกนี้ โลกนี้เป็นของผีมารซาตาน พระเจ้าทรงทำให้ไม้เท้ากลายเป็นงูเพื่อเป็นเครื่องแสดงถึงความจริงข้อเท็จนี้ ความจริงข้อนี้บอกให้เราทราบว่าคนที่ทำสิ่งที่ไม่ถูกต้องในสายพระเนตรของพระเจ้าตกอยู่ภายใต้การทำงานของซาตานเสมอ

ฟาโรห์ต่อต้านพระเจ้า ดังนั้นพระองค์จึงไม่สามารถอวยพรท่านได้ เพราะเหตุนี้พระเจ้าจึงทรงทำให้งูปรากฏตัวขึ้นเพราะ

งูเป็นเครื่องหมายของซาตาน สิ่งนี้ส่อให้เห็นล่วงหน้าว่าจะการทำงานของซาตานเกิดขึ้น ภัยพิบัติต่าง ๆ ที่เกิดขึ้นตามมา (เช่น ภัยพิบัติจากโลหิต ภัยพิบัติจากกบ และภัยพิบัติจากริ้น) ล้วนเป็นการทำงานของซาตาน

ด้วยเหตุนี้ การที่ไม้เท้ากลายเป็นงูจึงเป็นเหมือนสัญญาณเตือนภัยขนาดเล็กเพื่อให้คนที่มีความรู้สึกไวสามารถสัมผัสถึงสิ่งที่เกิดขึ้น บางคนอาจเรียกสิ่งที่เกิดขึ้นว่าเป็นเหตุบังเอิญ นี่เป็นสัญญาณเตือนภัยขั้นหนึ่งที่ไม่ก่อให้เกิดความเสียหาย พระเจ้าทรงให้โอกาสแก่บุคคลกลับใจ

ฟาโรห์เรียกนักมายากลของอียิปต์ให้เข้ามา

เมื่อฟาโรห์มองเห็นไม้เท้าของอาโรนกลายเป็นงู ท่านจึงเรียกพวกนักปราชญ์และนักมายากลของอียิปต์เข้ามา

ในพระราชวังมีนักมายากลอยู่จำนวนมากและคนเหล่านั้นแสดงมายากลต่อหน้าพระพักตร์ของกษัตริย์เพื่อความบันเทิง หลายคนมีตำแหน่งทางราชการสูงขึ้นโดยใช้มายากล นอกจากนั้น เนื่องจากมีการสืบทอดความเป็นนักมายากลมาจากบรรพบุรุษของตน นักมายากลจึงถือกำเนิดมาพร้อมกับนิสัยใจคอของนักมายากล

ในปัจจุบันมีนักมายากลบางคนสามารถเดินทะลุกำแพงเมืองจีนต่อหน้าผู้คนมากมาย หรือบางคนสามารถทำให้อนุสาวรีย์สันติภาพอันตรธานไป นอกจากนั้น บางคนฝึกโยคะมาเป็นเวลานานจนเขาสามารถนอนอยู่บนกิ่งไม้ขนาดเล็กหรืออาศัยอยู่ในตะกร้าเป็นเวลาหลายวัน

มายากลบางอย่างเป็นเพียงการหลอกตา แต่เขาก็สามารถฝึกฝ

นตนเองให้ทำในสิ่งที่น่าอัศจรรย์ใจ ลองคิดดูซิว่าพ่อมดและนักมายากลจะมีอำนาจมากเพียงใดในเมื่อเขาทำหน้าที่ของตนต่อหน้าพระพักตร์ของกษัตริย์มาเป็นเวลาหลายชั่วอายุคน ในบางกรณีพ่อมดและนักมายากลบางคนสามารถพัฒนาตนเองให้ติดต่อกับวิญญาณชั่วได้เช่นกัน

พ่อมดและนักมายากลบางคนในประเทศเกาหลีสามารถติดต่อกับผีได้และเขาสามารถเต้นรำบนเครื่องตัดหญ้าที่แหลมคมโดยที่ตนเองไม่ได้รับบาดเจ็บ พ่อมดและนักมายากลของฟาโรห์สามารถติดต่อกับวิญญาณชั่วและทำสิ่งที่น่าอัศจรรย์ใจหลายอย่างได้เช่นกัน

พ่อมดและนักมายากลในอียิปต์ฝึกฝนตนเองมาเป็นเวลานาน ดังนั้นเขาจึงสามารถทำให้ไม้เท้ากลายเป็นงูด้วยมายาและกลอุบายบางอย่าง

คนที่ไม่ยอมรับนับถือพระเจ้าองค์เที่ยงแท้

เมื่อโมเสสโยนไม้เท้าของท่านและกลายเป็นงู ฟาโรห์คิดอยู่ครู่หนึ่งว่า "พระเจ้ามีจริง" และ "พระเจ้าของอิสราเอลเป็นพระเจ้าองค์เที่ยงแท้" แต่เมื่อท่านเห็นพวกพ่อมดและนักมายากลทำให้ไม้เท้ากลายเป็นงูฟาโรห์ก็ไม่เชื่อในพระเจ้า

งูที่เกิดจากการทำมายากลของพวกนักมายากลถูกงูที่เกิดจากไม้เท้าของอาโรนกลืนกินหมด แต่ฟาโรห์คิดว่าสิ่งนั้นเป็นเหตุบังเอิญ

ในความเชื่อไม่มีความบังเอิญ แต่ในกรณีของผู้เชื่อใหม่ที่เพิ่งต้อนรับเอาองค์พระผู้เป็นเจ้านั้นอาจมีการทำงานของผีมารซ

าตานเพื่อรบกวนไม่ให้เขาเชื่อในพระเจ้า ดังนั้นผู้เชื่อใหม่หลายคนจึงคิดถึงสิ่งที่เกิดขึ้นว่าเป็นเหตุบังเอิญ

นอกจากนั้น ผู้เชื่อใหม่บางคนที่เพิ่งต้อนรับเอาองค์พระผู้เป็นเจ้าได้รับคำตอบต่อปัญหาของตนด้วยความช่วยเหลือของพระเจ้า ครั้งแรกคนเหล่านี้ยอมรับว่าเป็นฤทธิ์อำนาจของพระเจ้า แต่เมื่อเวลาผ่านไปเขากลับคิดว่าสิ่งนั้นเป็นเพียงเหตุบังเอิญ

ฟาโรห์เห็นการทำงานของพระเจ้าที่เปลี่ยนไม้เท้าเป็นงูแต่ไม่ยอมรับพระเจ้าฉันใด หลายคนก็ไม่ยอมรับนับถือพระเจ้าองค์เที่ยงแท้และเห็นว่าทุกสิ่งเป็นเรื่องความบังเอิญแม้หลังจากที่เขามีประสบการณ์กับการทำงานของพระเจ้าด้วยฉันนั้น

บางคนเชื่อในพระเจ้าอย่างสนิทใจแม้เขาจะมีประสบการณ์กับการทำงานของพระเจ้าเพียงครั้งเดียวก็ตาม อย่างไรก็ตาม บางคนยอมรับนับถือพระเจ้าในช่วงแรกแต่ภายหลังกลับคิดว่าที่ปัญหาของตนได้รับการแก้ไขก็เพราะความรู้ ความสามารถ ประสบการณ์หรือความช่วยเหลือจากเพื่อนบ้านของตนพร้อมกับมองการทำงานของพระเจ้าว่าเป็นเพียงเหตุบังเอิญ

ดังนั้นพระเจ้าจึงทรงหันพระพักตร์ของพระองค์ไปจากเขา ผลลัพธ์ก็คือปัญหาที่เคยได้รับการแก้ไขครั้งแรกอาจกลับมาอีก

ในกรณีที่โรคภัยไข้เจ็บได้รับการรักษาให้หาย โรคนั้นอาจกลับมาอีกหรืออาจมีความรุนแรงมากขึ้น ในกรณีของปัญหาในธุรกิจ ปัญหาที่รุนแรงกว่าเดิมอาจเกิดขึ้น

เมื่อเราเห็นว่าคำตอบที่มาจากพระเจ้าเป็นเพียงเหตุบังเอิญ การคิดเช่นนี้จะทำให้เราเหินห่างจากพระเจ้ามากขึ้น จากนั้นปัญหาเดิมอาจเกิดขึ้นมาอีกหรือไม่เช่นนั้นเราก็อาจตกอยู่ในสถา

นการณ์ที่ยุ่งยากมากขึ้นกว่าเดิม

ในทำนองเดียวกัน เนื่องจากฟาโรห์เห็นว่าการทำงานของพระเจ้าเป็นเพียงเหตุบังเอิญ เวลานี้ท่านจึงเริ่มประสบกับภัยพิบัติที่แท้จริง

"ถึงกระนั้นพระทัยของฟาโรห์ก็กระด้างหายอมเชื่อเขาทั้งสองไม่ จริงดังที่พระเจ้าตรัสไว้แล้ว" (อพยพ 7:13)

บทที่ 3

ภัยพิบัติจากโลหิต
ภัยพิบัติจากกบ และภัยพิบัติจากริ้น

อพยพ 7:20-8:19

โมเสสและอาโรนก็กระทำตามที่พระเจ้าบัญชา คือท่านได้ยกไม้ขึ้นตีน้ำในแม่น้ำไนล์ต่อพระพักตร์ฟาโรห์และต่อหน้าพวกข้าราชการ แล้วน้ำในแม่น้ำไนล์ก็กลายเป็นโลหิตสิ้น (7:20)
แล้วพระเจ้าตรัสกับโมเสสว่า "จงบอกอาโรนให้เหยียดมือที่ถือไม้เท้าออกเหนือแม่น้ำ เหนือลำคลอง และเหนือบึงให้ฝูงกบขึ้นมาบนแผ่นดินอียิปต์" อาโรนก็เหยียดมือออกเหนือพื้นน้ำทั้งหลายในอียิปต์ กบก็ขึ้นมาเต็มแผ่นดินอียิปต์ (8:5-6)
พระเจ้าจึงตรัสกับโมเสสว่า "บอกอาโรนว่า 'เอาไม้เท้าตีฝุ่นดินให้กลายเป็นริ้นทั่วประเทศอียิปต์'" เขาทั้งสองก็กระทำตาม อาโรนเหยียดมือออกยกไม้เท้าตีฝุ่นดิน ก็มีริ้นมาตอมมนุษย์และสัตว์ ฝุ่นดินทั้งหมดกลายเป็นริ้นทั่วประเทศอียิปต์ (8:16-17)
พวกเล่นกลจึงทูลฟาโรห์ว่า "นี่เป็นกิจการแห่งนิ้วพระหัตถ์พระเจ้า" ฝ่ายฟาโรห์มีพระทัยแข็งกระด้าง หาเชื่อฟังเขาไม่
จริงดังที่พระเจ้าตรัสไว้แล้ว (8:19) (อพยพ 7:20-8:19)

พระเจ้าตรัสกับโมเสสและอาโรนว่าจิตใจของฟาโรห์จะแข็งกระด้างและท่านจะไม่ยอมปล่อยให้คนอิสราเอลไปแม้หลังจากที่ท่านเห็นไม้เท้ากลายเป็นงู จากนั้นพระเจ้าจึงตรัสกับโมเสสโดยละเอียดเกี่ยวกับสิ่งที่ท่านต้องทำ

"จงไปเฝ้าฟาโรห์ในเวลาเช้าเมื่อเขาไปที่แม่น้ำ ยืนคอยเขาอยู่ที่ริมฝั่งแม่น้ำ เอาไม้เท้าที่กลายเป็นงูได้นั้นไปด้วย" (อพยพ 7:15)

โมเสสเผชิญหน้ากับฟาโรห์ที่กำลังเดินอยู่ริมฝั่งแม่น้ำไนล์ โมเสสกล่าวพระคำของพระเจ้าพร้อมกับถือไม้เท้าที่กลายเป็นงูไว้ในมือของท่าน

"และกล่าวแก่เขาว่า 'พระเจ้าของชาวฮีบรูตรัสสั่งให้ข้าพระบาทมาเฝ้าโดยมีพระดำรัสว่า "จงปล่อยประชากรของเราไปนมัสการเราในถิ่นทุรกันดาร จนบัดนี้เจ้าก็ยังหาได้เชื่อฟังไม่" พระเจ้าตรัสดังนี้ว่า "ท่านจะทราบว่าเราคือพระเจ้าโดยอาศัยการกระทำดังนี้ เราจะเอาไม้เท้าที่ถือไว้นั้นฟาดน้ำลงในแม่น้ำไนล์ น้ำนั้นจะกลายเป็นโลหิต ปลาซึ่งอยู่ในแม่น้ำไนล์จะตายและแม่น้ำจะเหม็นจนชาวอียิปต์ดื่มน้ำในแม่น้ำไนล์ไม่ได้"'" (อพยพ 7:16-18)

ภัยพิบัติจากโลหิต

น้ำคือสิ่งที่อยู่ใกล้ตัวเราและเชื่อมโยงโดยตรงกับชีวิตของเรามากที่สุด 70 เปอร์เซ็นต์ของร่างกายของมนุษย์ประกอบด้วยน้ำ น้ำเป็นองค์ประกอบที่สำคัญอย่างยิ่งสำหรับสิ่งมีชีวิตทุกชนิด

ในปัจจุบัน เมื่อมีการเพิ่มจำนวนขึ้นของประชากรโลกและ

การพัฒนาทางเศรษฐกิจหลายประเทศจึงกำลังประสบกับการขาดแคลนน้ำ องค์การสหประชาชาติได้สถาปนาให้มี “วันน้ำโลก” เพื่อเตือนให้ประเทศต่าง ๆ เล็งเห็นความสำคัญของน้ำและเพื่อส่งเสริมให้ผู้คนใช้ทรัพยากรน้ำที่มีอยู่อย่างจำกัดให้เกิดประโยชน์สูงสุด

ประเทศจีนในสมัยโบราณแต่งตั้งให้มีรัฐมนตรีควบคุมการใช้น้ำ เราสามารถมองเห็นน้ำอยู่ทุกที่ทุกแห่งรอบข้างตัวเรา แต่บางครั้งเรากลับมองไม่เห็นว่าน้ำมีความสำคัญต่อชีวิตของเรามากเพียงใด

ลองคิดดูซิว่าถ้าน้ำทั้งหมดภายในประเทศกลายเป็นเลือด สิ่งนี้จะก่อให้เกิดปัญหาร้ายแรงกับผู้คนในประเทศนั้นมากเพียงใด ฟาโรห์และชาวอียิปต์ได้เผชิญกับสิ่งที่น่าประหลาดนี้ แม่น้ำไนล์กลายเป็นเลือด

แต่จิตใจของฟาโรห์ยังแข็งกระด้างและไม่รับฟังพระคำของพระเจ้าเพราะท่านเคยเห็นพวกนักมายากลของท่านเปลี่ยนน้ำเป็นเลือดมาก่อนด้วยเช่นกัน

โมเสสสำแดงให้ฟาโรห์เห็นพระเจ้าองค์เที่ยงแท้แต่ฟาโรห์กลับเห็นว่าสิ่งนั้นคือเหตุบังเอิญและไม่ยอมรับ ดังนั้นภัยพิบัติจึงมาเหนือท่านตามขนาดของความชั่วร้ายที่ท่านมีอยู่

โมเสสและอาโรนกระทำในสิ่งที่พระเจ้าทรงบัญชาให้ทั้งสองคนกระทำ โมเสสยกไม้เท้าขึ้นตีน้ำในแม่น้ำไนล์และแม่น้ำไนล์ทั้งหมดก็กลายเป็นเลือดต่อพระพักตร์ฟาโรห์และต่อหน้าพวกข้าราชการของท่าน

ดังนั้นชาวอียิปต์ทั้งปวงก็พากันขุดหลุมตามริมแม่น้

ำไนล์เพื่อหาน้ำดื่มเพราะเขาดื่มน้ำในแม่น้ำไนล์ไม่ได้ นี่เป็นภัยพิบัติอย่างแรก

ความหมายฝ่ายวิญญาณของภัยพิบัติจากโลหิต

ในฝ่ายวิญญาณ ภัยพิบัติจากโลหิตมีความหมายอะไร
พื้นที่ส่วนใหญ่ของอียิปต์เป็นทะเลทรายและถิ่นทุรกันดาร ด้วยเหตุนี้ ฟาโรห์และประชากรของท่านต้องประสบกับปัญหาอย่างมากเนื่องจากน้ำดื่มของเขากลายเป็นเลือด
ไม่เพียงแต่น้ำดื่มและน้ำที่ใช้ในชีวิตประจำวันของเขาเน่าเสียเท่านั้น แม้แต่ปลาในน้ำก็ตายและมีกลิ่นเหม็นด้วยเช่นกัน สิ่งนี้ก่อให้เกิดความลำบากอย่างยิ่ง

ในแง่นี้ ภัยพิบัติจากโลหิตในฝ่ายวิญญาณจึงหมายถึงความทุกข์ยากลำบากที่เกิดจากสิ่งต่าง ๆ ที่เชื่อมโยงกับชีวิตประจำวันของเราโดยตรง มีหลายสิ่งหลายอย่างที่ทำให้เรารู้สึกขุ่นเคืองและทุกข์ใจ ซึ่งสิ่งเหล่านั้นมักเกิดมาจากผู้คนที่อยู่ใกล้ชิดเรามากที่สุด เช่น คนในครอบครัว เพื่อนฝูง และเพื่อนร่วมงาน
ในชีวิตคริสเตียนของเรา ภัยพิบัติประเภทนี้อาจมีลักษณะเป็นการข่มเหงหรือการทดสอบที่มาจากเพื่อนสนิท พ่อแม่ ญาติพี่น้อง หรือเพื่อนบ้านของเรา แน่นอนผู้คนที่มีความเชื่อมากก็จะเอาชนะสิ่งเหล่านี้ได้ไม่ยาก แต่ผู้คนที่มีความเชื่อน้อยจะพบกับความทุกข์ใจเนื่องจากการข่มเหงและการทดสอบ

การทดลองซึ่งมาเหนือผู้คนที่มีความชั่วร้าย

การทดลองที่เราพบมีอยู่สองประเภท ประเภทแรกเป็นการทดลองที่มีเกิดขึ้นเมื่อเราไม่ได้ดำเนินชีวิตตามพระคำของพระเจ้า ถ้าเรากลับใจและหันหลังกลับอย่างรวดเร็ว พระเจ้าก็จะทรงนำการทดลองนั้นไปเสียจากเรา

ยากอบ 1:13-14 กล่าวว่า "เมื่อผู้ใดถูกล่อให้หลงอย่าให้ผู้นั้นพูดว่า 'พระเจ้าทรงล่อข้าพเจ้าให้หลง' เพราะว่าความชั่วจะมาล่อพระเจ้าให้หลงไม่ได้และพระองค์เองก็ไม่ทรงล่อผู้ใดให้หลงเลย แต่ว่าทุกคนก็ถูกล่อให้หลงเมื่อกิเลสของตัวเองล่อและชักนำให้กระทำตาม"

สาเหตุที่เราพบกับความยากลำบากก็เพราะเราถูกชักนำด้วยความอยากของเราและเราไม่ได้ดำเนินชีวิตด้วยพระคำของพระเจ้า ดังนั้นผีมารซาตานจึงนำการทดลองมาเหนือเรา

ประเภทที่สอง บางครั้งเราพยายามที่จะเป็นคนสัตย์ซื่อในชีวิตคริสเตียนของเรา แต่เราก็ยังพบกับการทดลอง สิ่งนี้เป็นการทำงานของซาตานในการก่อกวนเราเพื่อพยายามทำให้เราละทิ้งความเชื่อ

ในกรณีนี้ ถ้าเราประนีประนอม ความยากลำบากก็จะรุนแรงมากขึ้นและเราจะไม่ได้รับพระพร บางคนสูญเสียความเชื่อที่ตนมีอยู่เพียงเล็กน้อยไปและหันกลับไปหาฝ่ายโลก

แต่ทั้งสองกรณีมีต้นเหตุมาจากความชั่วร้ายที่อยู่ภายในเรา ดังนั้นเราจำเป็นต้องค้นหาความชั่วทุกรูปแบบที่อยู่ภายในเราอย่างขยันขันแข็งและหันไปเสียจากสิ่งเหล่านั้น เราต้องอธิษฐานด้วยความเชื่อและขอบพระคุณ

เราก็จะสามารถเอาชนะการทดลองได้

โลกของซาตานอยู่ภายใต้การควบคุมของพระเจ้าเหมือนดังงูของพวกนักมายากลถูกงูของโมเสสกลืนกิน ครั้งแรกเมื่อพระเจ้าทรงเรียกโมเสสพระองค์ทรงสำแดงหมายสำคัญของการเปลี่ยนไม้เท้าให้เป็นงูและทำให้งูกลับมาเป็นไม้เท้าอีกครั้งหนึ่ง (อพยพ 4:4) สิ่งนี้เป็นสัญลักษณ์ว่าถึงแม้การทดลองจะมาเหนือเราโดยการทำงานของซาตาน แต่ถ้าเราสำแดงออกถึงความเชื่อของตนด้วยการพึ่งพิงพระเจ้าอย่างสิ้นเชิง พระเจ้าจะทรงรื้อฟื้นทุกสิ่งทุกอย่างให้กลับมาเป็นปกติ

ในทางตรงกันข้าม ถ้าเราประนีประนอม การประนีประนอมไม่ใช่ความเชื่อและเราจะไม่สามารถมีประสบการณ์กับการทำงานของพระเจ้า ถ้าเราพบกับการทดลองเราควรพึ่งพิงพระเจ้าอย่างสิ้นเชิงและเฝ้าดูการทำงานของพระเจ้าในการนำเอาการทดลองดังกล่าวไปจากเราด้วยฤทธิ์อำนาจของพระองค์

ทุกสิ่งทุกอย่างอยู่ภายใต้การควบคุมของพระเจ้า ดังนั้นไม่ว่าการทดลองนั้นจะเล็กหรือใหญ่และไม่ว่าเราจะอยู่ในการทดสอบประเภทใดก็ตาม ถ้าเราพึ่งพิงพระเจ้าอย่างสิ้นเชิงและเชื่อฟังพระคำของพระเจ้า การทดลองก็จะไม่มีความหมายใดต่อเรา พระเจ้าจะทรงแก้ปัญหาด้วยพระองค์เองและจะทรงนำเราไปสู่ความมั่งคั่งในทุกสิ่ง

แต่สิ่งสำคัญก็คือ ถ้าเป็นภัยพิบัติขนาดเล็กเราก็สามารถรับการรื้อฟื้นได้ไม่ยาก แต่ถ้าเป็นภัยพิบัติขนาดใหญ่ การรื้อฟื้นจะเป็นสิ่งที่ทำให้ยากมากขึ้น ด้วยเหตุนี้ เราต้องตรวจสอบตนเองด้วยพระคำแห่งความจริง กำจัดความชั่วร้ายทิ้งไป และดำเนินชี

วิตด้วยพระคำของพระเจ้าอยู่เสมอเพื่อเราจะไม่พบกับภัยพิบัติ

การทดสอบที่เกิดขึ้นกับบุคคลแห่งความเชื่อมีจุดมุ่งหมายอยู่ที่พระพร

แต่บางครั้งมีหลายกรณีที่ถือเป็นข้อยกเว้นเช่นกัน แม้แต่คนที่มีความเชื่ออย่างมากก็อาจพบกับการทดสอบ อัครทูตเปาโล อับราฮัม ดาเนียลและสหายทั้งสามของท่าน และเยเรมีย์ล้วนพบกับการทดสอบด้วยกันทั้งสิ้น แม้แต่พระเยซูก็ทรงถูกทดลองจากผีมารซาตานถึงสามครั้ง

เช่นเดียวกัน การทดสอบซึ่งเกิดขึ้นกับผู้คนที่มีความเชื่อมีจุดมุ่งหมายอยู่ที่พระพร ถ้าคนเหล่านี้ชื่นชมยินดี ขอบพระคุณ และพึ่งพิงพระเจ้าอย่างสิ้นเชิง การทดสอบก็จะเปลี่ยนเป็นพระพรและเขาสามารถถวายเกียรติยศแด่พระเจ้า

ดังนั้น จึงเป็นไปได้ที่บุคคลแห่งความเชื่อจะพบกับการทดสอบเพราะเขาจะได้รับพระพรเมื่อเขาเอาชนะการทดสอบเหล่านั้น อย่างไรก็ตาม คนเหล่านี้จะไม่มีวันพบกับภัยพิบัติ ภัยพิบัติจะเกิดขึ้นกับคนที่ทำผิดในสายพระเนตรของพระเจ้า

ยกตัวอย่าง อัครทูตเปาโลถูกข่มเหงเพื่อองค์พระผู้เป็นเจ้าอย่างมาก แต่ท่านได้รับฤทธิ์อำนาจและมีบทบาทสำคัญมากยิ่งขึ้นในการประกาศพระกิตติคุณกับจักรภพโรมในฐานะอัครทูตเพื่อคนต่างชาติผ่านทางการข่มเหงที่เกิดขึ้น

ดาเนียลไม่ได้ประนีประนอมกับแผนการของคนชั่วร้ายที่อิจฉาริษยาท่าน ท่านไม่ได้หยุดอธิษฐานแต่ท่านกลับดำเนินชีวิตอย่างชอบธรรม ในที่สุดดาเนียลก็ถูกโยนลงไปในถ้ำสิงห์แต่ก็ไม่ได้

รับอันตรายใด ๆ ท่านได้ถวายเกียรติยศแด่พระเจ้าอย่างยิ่งใหญ่ เยเรมีย์ร้องไห้คร่ำครวญและเตือนสติประชาชนด้วยน้ำตาเมื่อคนอิสราเอลทำบาปต่อพระพักตร์พระเจ้า ภารกิจนี้ส่งผลให้เยเรมีย์ถูกทุบตีและถูกขังคุก แม้ในยามที่เยรูซาเล็มตกอยู่ภายใต้การยึดครองของเนบูคัดเนสซาร์แห่งบาบิโลนและประชาชนจำนวนมากถูกฆ่าและถูกจับไปเป็นเชลย เยเรมีย์กลับได้รับการช่วยกู้และได้รับการปฏิบัติเป็นอย่างดีจากกษัตริย์องค์นี้

ด้วยความเชื่ออับราฮัมผ่านการทดสอบของการถวายอิสอัคลูกชายของท่านเป็นเครื่องเผาบูชาเพื่อท่านจะถูกเรียกว่า "มิตรสหายของพระเจ้า" ท่านได้รับพระพรอันยิ่งใหญ่ในฝ่ายวิญญาณและฝ่ายร่างกาย แม้กระทั่งกษัตริย์ของบรรดาประชาชาติก็ต้อนรับท่านอย่างให้เกียรติ

ข้าพเจ้าอธิบายไปแล้วว่าในหลายกรณีการทดลองที่เกิดขึ้นกับเราเป็นเพราะความชั่วร้ายที่เรามีอยู่ แต่มีบางกรณีที่ถือเป็นข้อยกเว้นซึ่งเป็นกรณีที่คนของพระเจ้าถูกทดสอบในเรื่องความเชื่อของตน แต่ผลลัพธ์ของการทดสอบนี้คือพระพร

ภัยพิบัติจากกบ

แม้หลังจาก 7 วันผ่านไปนับตั้งแต่ที่พระเจ้าทรงบันดาลให้แม่น้ำไนล์เปลี่ยนเป็นเลือด จิตใจของฟาโรห์ก็ยังแข็งกระด้างอยู่ต่อไป เนื่องจากพวกนักมายากลของท่านก็สามารถเปลี่ยนน้ำให้เป็นเลือดได้ ดังนั้นฟาโรห์จึงไม่ยอมปล่อยให้คนอิสราเอลไป

ในฐานะกษัตริย์ของประเทศ ฟาโรห์ต้องดูแลทุกข์สุขของประชาชนของตนที่กำลังประสบกับการขาดแคลนน้ำ แต่ฟาโรห์ไม่ได้เ

อาใจใส่ดูแลประชาชนของตนอย่างแท้จริงเพราะจิตใจของท่านแข็งกระด้าง

เนื่องจากจิตใจของฟาโรห์แข็งกระด้างภัยพิบัติอย่างที่สองจึงมาเหนืออียิปต์

"ฝูงกบจะเต็มไปทั้งแม่น้ำไนล์ จะขึ้นมาอยู่ในวังในห้องบรรทม และบนแท่นบรรทมของท่าน ในเรือนข้าราชการ ตามตัวพลเมือง ในเตาปิ้งขนมปัง และในอ่างขยำแป้งของท่านด้วย ฝูงกบนั้นจะขึ้นมาที่ตัวฟาโรห์ ที่ตัวพลเมือง และที่ตัวข้าราชการทั้งปวงของท่าน" (อพยพ 8:3-4)

เมื่ออาโรนเหยียดมือที่ถือไม้เท้าออกเหนือแม่น้ำของอียิปต์ กบจำนวนมหาศาลก็ขึ้นมาบนแผ่นดินอียิปต์เหมือนที่พระเจ้าตรัสกับโมเสส นักมายากลก็ทำสิ่งเดียวกันได้เช่นกันด้วยศิลปะอันลึกลับของเขา

ในโลกนี้มีกบอยู่มากกว่า 400 ชนิดยกเว้นในแถบขั้วโลก กบแต่ละชนิดมีขนาดต่างกันตั้งแต่ 2.5 เซนติเมตรไปจนถึง 30 เซนติเมตร

บางคนกินกบเป็นอาหาร แต่ปกติผู้คนจะรู้สึกตกใจหรือขยะแขยงเมื่อมองเห็นกบ ตาของกบถลนออกมาและกบไม่มีหาง ขาหลังของกบมีฝ่าเท้าที่เป็นเหมือนพังผืดและผิวของกบจะเปียกชื้นอยู่ตลอดเวลา ลักษณะเหล่านี้ทำให้หลายคนรู้สึกขยะแขยงเมื่อมองเห็นกบ

กบที่ขึ้นมาเหนือแผ่นดินอียิปต์ไม่ได้มีเพียงสองสามตัว แต่มีจำนวนมากมายมหาศาล กบเหล่านั้นอยู่บนโต๊ะอาหารและกร

ะโดดไปทั่วห้องนอนและบนเตียง ประชาชนไม่สามารถกินอาหารได้ตามปกติหรือพักผ่อนนอนหลับอย่างสงบสุข

ความหมายฝ่ายวิญญาณของภัยพิบัติจากกบ

อะไรคือความหมายฝ่ายวิญญาณของภัยพิบัติจากกบ หนังสือวิวรณ์ 16:13 มีข้อความที่ระบุว่า "และข้าพเจ้าเห็นผีโสโครกสามตนรูปร่างคล้ายกบ..." กบเป็นสัตว์มลทินชนิดหนึ่งและในฝ่ายวิญญาณกบหมายถึงซาตาน

การที่กบเข้าไปอยู่ในพระราชวังของกษัตริย์ บ้านเรือนของข้าราชการ และที่อยู่อาศัยของประชาชนหมายความว่าภัยพิบัตินี้มาถึงทุกคนอย่างเท่าเทียมกันโดยไม่คำนึงถึงฐานะทางสังคม

นอกจากนั้น การที่กบกระโดดขึ้นไปอยู่บนเตียงนอนยังหมายความว่าจะมีปัญหาเกิดขึ้นระหว่างสามีภรรยาด้วยเช่นกัน

ยกตัวอย่าง สมมุติว่าภรรยาเป็นผู้เชื่อแต่สามีไม่ได้เป็นและสามีแอบไปมีเพศสัมพันธ์กับหญิงอื่น เมื่อเขาถูกจับได้เขาจะแก้ตัวว่า "ที่ฉันทำลงไปก็เพราะเธอให้เวลากับโบสถ์ตลอดเวลา"

ถ้าภรรยาเชื่อสามีของเธอที่โยนความผิดให้กับคริสตจักรสำหรับปัญหาของตนและออกห่างจากพระเจ้ากรณีนี้เป็นปัญหาที่เกิดจาก "ซาตานที่อยู่บนเตียงนอน"

ผู้คนประสบกับภัยพิบัติประเภทนี้เพราะเขามีความชั่วร้ายอยู่ในตนเอง ถ้ามองจากภายนอกก็อาจดูเหมือนว่าเขากำลังดำเนินชีวิตในความเชื่อเป็นอย่างดี แต่เมื่อเขาพบกับการทดสอบ

จิตใจของเขาจะหวั่นไหว ความเชื่อและความหวังของเขาในเรื่องแผ่นดินสวรรค์จะจางหายไป ความชื่นชมยินดีและสันติสุขก็สูญสิ้นไปด้วยเช่นกัน เขาจะมองดูสถานการณ์ที่เกิดขึ้นด้วยความกลัว

แต่ถ้าเขามีความหวังในเรื่องแผ่นดินสวรรค์และมีความรักต่อพระเจ้าอย่างแท้จริงและถ้าเขามีความเชื่อที่แท้จริงเขาก็จะไม่เป็นทุกข์อันเนื่องมาจากความยากลำบากที่เขาเผชิญอยู่ในโลกนี้ คนเหล่านี้จะเอาชนะความยากลำบากเหล่านั้นและได้รับพระพร

กบเข้าไปอยู่ในเตาปิ้งขนมปังและอ่างขยำแป้ง อ่างขยำแป้งหมายถึงอาหารประจำวันของเราและเตาปิ้งขนมปังหมายถึงที่ทำงานหรือธุรกิจของเรา การที่กบเข้าไปอยู่ในเตาปิ้งขนมปังและอ่างขยำแป้งจึงหมายความว่าซาตานทำงานอยู่ในครอบครัว ที่ทำงาน ธุรกิจ และแม้กระทั่งในอาหารประจำวันของเราเพื่อทำให้ทุกคนตกอยู่ในสถานการณ์ที่ยุ่งยากและกดดัน

ในสถานการณ์เช่นนี้บางคนไม่ได้เอาชนะการทดลองโดยคิดว่า "การทดลองเหล่านี้เกิดขึ้นกับผมเพราะความเชื่อที่ผมมีในพระเยซู" จากนั้นคนเหล่านี้จะหันกลับไปหาโลกซึ่งเป็นการละทิ้งหนทางแห่งความรอดและชีวิตนิรันดร์

แต่ถ้าเขายอมรับความจริงว่าความยุ่งยากที่เกิดขึ้นกับเขาเป็นเพราะเขาขาดความเชื่อและเพราะเขามีความชั่วร้ายอยู่ในจิตใจของตนพร้อมกับการกลับใจใหม่ จากนั้นผีมารซาตานจะไม่สามารถก่อกวนเขาได้อีกต่อไปและพระเจ้าจะทรงช่วยเขาให้เอาชนะความยุ่งยากดังกล่าวได้

ถ้าเรามีความเชื่ออย่างแท้จริง ไม่มีการทดลองหรือภัยพิ

บัติใดๆจะสร้างปัญหาให้กับเรา แม้เราอาจพบกับการทดลอง ถ้าเราชื่นชมยินดี ขอบพระคุณ และตื่นตัวอธิษฐานอยู่เสมอ ปัญหาต่าง ๆ ก็จะได้รับการแก้ไข

"ฟาโรห์ตรัสโมเสสกับอาโรนมาว่า 'เจ้าทั้งสองจงกราบทูลวิงวอนขอพระเจ้าทรงบันดาลให้ฝูงกบไปเสียจากเราและจากพลเมืองของเรา แล้วเราจะยอมปล่อยให้ประชากรเหล่านั้นไปถวายสัตวบูชาแด่พระเจ้า'" (อพยพ 8:8)

ฟาโรห์ขอให้โมเสสและอาโรนนำเอาฝูงกบที่กระจัดกระจายอยู่เต็มแผ่นดินไปเสียจากแผ่นดินอียิปต์ เมื่อโมเสสร้องทูลต่อพระเจ้าเรื่องฝูงกบพระเจ้าก็ทรงทำให้ฝูงกบเหล่านั้นตายเกลื่อนบ้านเรือน เกลื่อนลานหญ้าและทุ่งนา

ประชาชนก็เก็บซากกบไว้เป็นกอง ๆ และแผ่นดินก็เหม็นตลบไปด้วยด้วยกลิ่นซากกบ ตอนนี้คนอียิปต์ได้รับการบรรเทาจากความเดือดร้อน แต่เมื่อฟาโรห์เห็นว่าความเดือดร้อนลดน้อยลงแล้วจิตใจของท่านก็แข็งกระด้างอีกครั้งหนึ่ง ฟาโรห์เคยสัญญาว่าท่านจะยอมปล่อยคนอิสราเอลไปถ้าฝูงกบถูกกำจัดออกไปจากแผ่นดิน แต่ฟาโรห์กลับเปลี่ยนความคิดของตน

"เมื่อฟาโรห์ทรงทราบว่าความเดือดร้อนลดน้อยลงแล้วก็กลับมีพระทัยแข็งกระด้างอีกไม่ยอมเชื่อฟังโมเสสและอาโรนจริงดังที่พระเจ้าตรัสไว้แล้ว" (อพยพ 8:15)

"การมีพระทัยแข็งกระด้าง" หมายความว่าฟาโรห์มีความดื้อรั้น แม้หลังจากที่ท่านได้เห็นการทำงานของพระเจ้าอย่างมากมายฟาโรห์ก็ไม่ยอมรับฟังโมเสส ผลลัพธ์ก็คือภัยพิบัติอีกอย่างหนึ่งก็มาเหนืออียิปต์

ภัยพิบัติจากริ้น

พระเจ้าตรัสกับโมเสสในอพยพ 8:16 ว่า "บอกอาโรนว่า 'เอาไม้เท้าตีฝุ่นดินให้กลายเป็นริ้นทั่วประเทศอียิปต์'"

เมื่อโมเสสและอาโรนกระทำในสิ่งที่พระเจ้าตรัสสั่ง ฝุ่นดินทั้งหมดก็กลายเป็นริ้นทั่วประเทศอียิปต์

พวกนักมายากลพยายามใช้ศิลปะอันลึกลับของเขาเพื่อทำให้เกิดริ้นแต่ก็ทำไม่ได้ ในที่สุดคนเหล่านั้นก็รู้ว่ากิจการนี้ไม่ได้เกิดขึ้นจากพลังอำนาจของมนุษย์พร้อมกับทูลกับกษัตริย์ว่า

"นี่เป็นกิจการแห่งนิ้วพระหัตถ์พระเจ้า" (อพยพ 8:19)

ก่อนหน้านี้พวกนักมายากลสามารถทำสิ่งที่คล้ายคลึงกันได้ เช่น การเปลี่ยนไม้เท้าให้กลายเป็นงู การเปลี่ยนน้ำให้เป็นเลือด และการทำให้มีฝูงกบเกิดขึ้น เป็นต้น แต่นักมายากลเหล่านี้ไม่สามารถทำกิจการนี้อีกต่อไป

ในที่สุด นักมายากลเหล่านี้ต้องยอมรับฤทธิ์อำนาจของพระเจ้าที่สำแดงผ่านทางโมเสสด้วยเช่นกัน แต่จิตใจของฟาโรห์ยังคงแข็งกระด้างและไม่ยอมฟังโมเสส

ความหมายฝ่ายวิญญาณของภัยพิบัติจากริ้น

คำว่า "คินิม" ในภาษาฮีบรูอาจแปลได้หลายอย่าง เช่น เหา เห็บ หมัด หรือริ้น เป็นต้น โดยทั่วไปแมลงเหล่านี้เป็นแมลงขนาดเล็กซึ่งอาศัยอยู่ตามที่สกปรก แมลงเหล่านี้เกาะอยู่ตามร่างกายของมนุษย์หรือสัตว์และดูดเลือด เรามักพบแมลงเหล่านี้ตามเส้นผม เสื้อผ้า หรือขนของสัตว์ ในโลกนี้มีริ้นชนิดต่าง ๆ อยู่มากกว่า

3,300 ชนิด

เมื่อแมลงเหล่านี้ดูดเลือดจากร่างกายของมนุษย์จะทำให้เกิดอาการคัน สิ่งนี้อาจก่อให้เกิดความอักเสบขั้นที่สอง อย่างเช่นอาการตัวร้อนเป็นไข้หรืออาการผื่นแดงตามผิวหนัง เป็นต้น

ในปัจจุบันเราไม่ค่อยพบริ้นในเมืองที่มีความสะอาดได้ง่ายนัก แต่มีแมลงอีกหลายชนิดที่อาศัยอยู่ตามร่างกายของคนที่ไม่ได้รักษาความสะอาดให้กับร่างกายของตน

อะไรคือลักษณะพิเศษของภัยพิบัติจากริ้น

ฝุ่นดินเปลี่ยนสภาพเป็นริ้น ฝุ่นดินมีขนาดเล็กมากและเราสามารถเป่ามันไปด้วยลมหายใจของเรา ริ้นมีอยู่หลายขนาดตั้งแต่ขนาด 3-4 ไมโครเซนติเมตรไปจนถึงขนาด 0.5 มิลลิเมตร

ฝุ่นดินซึ่งถือเป็นสิ่งที่แทบไร้ความหมายและความสำคัญ แต่เมื่อเปลี่ยนสภาพเป็นริ้นสิ่งนี้กลับสร้างปัญหาและความยากลำบากให้กับสิ่งมีชีวิต ภัยพิบัติจากริ้นแสดงให้เห็นว่าสิ่งเล็ก ๆ น้อย ๆ ที่เราแทบมองไม่เห็น แต่สิ่งเหล่านี้สามารถสร้างปัญหาและความทุกข์เวทนาให้กับเราได้โดยไม่รู้ตัวเช่นกัน

ปกติอาการคันจะมีความเจ็บปวดน้อยกว่าอาการเจ็บปวดที่เกิดจากโรคชนิดอื่น แต่อาการคันถือเป็นสิ่งที่น่ารำคาญ ริ้นอาศัยอยู่ในสถานที่ที่มีความสกปรกฉันใด ภัยพิบัติจากริ้นจะเกิดขึ้นในสถานที่ที่มีความชั่วร้ายด้วยฉันนั้น

ยกตัวอย่าง การทะเลาะเบาะแว้งเล็ก ๆ น้อย ๆ ระหว่างพี่น้องหรือสามีและภรรยาอาจพัฒนาไปเป็นการต่อสู้ตบตีกัน เมื่อคนเหล่านี้เริ่มพูดถึงสิ่งเล็ก ๆ น้อย ๆ ที่เกิดขึ้นในอดีต การพูดนั้น

อาจนำไปสู่ความขัดแย้งกันขั้นรุนแรง สิ่งนี้ถือเป็นภัยพิบัติจากรีนเช่นกัน

เมื่อความชั่วร้ายที่อยู่ในรูปของความอิจฉาและความริษยาในจิตใจพัฒนาไปเป็นความเกลียดชัง เมื่อคนไม่สามารถควบคุมอารมณ์ของตนและโกรธเคืองคนอื่น เมื่อการพูดโกหกในเรื่องเล็ก ๆ นำไปสู่การโกหกในเรื่องใหญ่ ๆ ในความพยายามที่จะซ่อนเร้นบางสิ่งบางอย่างเอาไว้ สิ่งเหล่านี้ล้วนเป็นตัวอย่างของภัยพิบัติจากรีนทั้งสิ้น

ถ้าบุคคลมีความชั่วร้ายชนิดหนึ่งชนิดใดแฝงเร้นอยู่ในจิตใจ เขาก็จะมีความทุกข์ทรมานอยู่ในจิตใจ เขาอาจรู้สึกว่าชีวิตคริสเตียนเป็นสิ่งที่ยากลำบาก อาการเจ็บป่วยเล็ก ๆ น้อย ๆ อาจเกิดขึ้นกับเขา สิ่งเหล่านี้ถือเป็นภัยพิบัติจากรีนเช่นกัน ถ้าเรามีไข้หรือเป็นหวัดโดยฉับพลัน หรือถ้ามีการทะเลาะวิวาทและปัญหาเล็ก ๆ น้อย ๆ เราก็ควรทบทวนดูชีวิตของเราและกลับใจใหม่อย่างรวดเร็ว

การที่รีนไต่ตอมอยู่ตามส่วนต่างๆของสัตว์หมายถึงอะไร สัตว์เป็นสิ่งมีชีวิต ในสมัยนั้นจำนวนของสัตว์และ จำนวนของที่ดินถือเป็นเครื่องวัดความมั่งคั่งร่ำรวยของบุคคล กษัตริย์ ข้าราชการ และประชาชนในสมัยนั้นทำสวนองุ่นและเลี้ยงสัตว์

ทรัพย์สมบัติของเราในปัจจุบันมีอะไรบ้าง เมื่อเราพูดถึงทรัพย์สมบัติในปัจจุบันเราไม่ได้หมายถึงเฉพาะบ้าน ที่ดิน บริษัท หรือสัตว์เลี้ยงเท่านั้น แต่เรายังหมายถึงสมาชิกในครอบครัวของเราด้วยเช่นกัน ในเมื่อสัตว์เป็นสิ่งมีชีวิต สมาชิกในครอบครัวที่มีชีวิตอยู่ร่วมกันก็ถือเป็นทรัพย์สมบัติอีกรูปแบบหนึ่งด้วยเ

ชนกัน

การที่ริ้นไต่ตอมตามตัวสัตว์หมายความว่าเมื่อปัญหาเล็ก ๆ พัฒนาเป็นปัญหาที่ใหญ่โตขึ้น ไม่เพียงแต่เราเท่านั้นที่เป็นทุกข์แต่สมาชิกในครอบครัวของเราก็เป็นทุกข์ด้วยเช่นกัน

การไต่ตอมของริ้นเกิดขึ้นเมื่อลูก ๆ ต้องเป็นทุกข์เนื่องจากการกระทำผิดของพ่อแม่ หรือเมื่อสามีต้องเป็นทุกข์เนื่องจากความผิดพลาดของภรรยา

ในประเทศเกาหลี เด็กหลายทนทุกข์ทรมานกับโรคผิวหนังอักเสบ ครั้งแรกโรคนี้เริ่มต้นกับอาการคันเล็ก ๆ น้อย ๆ และไม่นานอาการคันนี้ก็จะแพร่กระจายไปทั่วร่างกายจนก่อให้เกิดแผลพุพองและฝีตามผิวหนัง

ในกรณีที่มีอาการรุนแรง ผิวหนังของเด็กบางคนจะมีรอยแผลแตกตั้งแต่ศีรษะจรดเท้าและมีหนองไหลเยิ้มออกมา เมื่อผิวหนังของเด็กปริออกเนื้อตัวของเขาจะเต็มไปด้วยเลือดและหนอง

เมื่อพ่อแม่เห็นลูกของตนตกอยู่ในสภาพนี้จิตใจของเขาจะแตกสลายเพราะเขาไม่สามารถทำสิ่งหนึ่งสิ่งใดเพื่อลูกของตนได้

นอกจากนั้น เมื่อพ่อแม่โกรธ บางครั้งลูกของเขาจะมีไข้ขึ้นมาทันที ในหลายกรณี ความเจ็บป่วยของเด็กมีต้นเหตุมาจากการกระทำผิดของพ่อแม่

ในสถานการณ์เช่นนี้ ถ้าพ่อแม่ตรวจสอบชีวิตของตนและกลับใจจากการที่เขาไม่ได้ทำหน้าที่ของตนอย่างถูกต้องหรือจากการที่เขาไม่ได้อยู่ร่วมกันอย่างสงบสุขหรือกลับใจจากสิ่งใดก็ตามที่ไม่ถูกต้องในสายพระเนตรของพระเจ้า ในไม่ช้าลูกของเขาก็จะได้รับการรักษาให้หาย

เราจะเห็นได้ว่าการที่พระเจ้าทรงอนุญาตให้สิ่งเหล่านี้เกิดขึ้นก็ถือเป็นความรักของพระองค์ด้วยเช่นกัน ภัยพิบัติจากรีนเกิดขึ้นกับเราเมื่อเรามีความชั่วร้ายอยู่ในจิตใจของเรา ดังนั้น เราจึงไม่ควรถือว่าสิ่งหนึ่งสิ่งใดไม่ว่าเล็กหรือใหญ่เป็นเหตุบังเอิญ แต่เราควรค้นหาความชั่วร้ายที่ซุกซ่อนอยู่ในตัวเรา กลับใจ และหันไปเสียจากสิ่งเหล่านั้นอย่างรวดเร็ว

บทที่ 4

ภัยพิบัติจากเหลือบ
ภัยพิบัติที่เกิดกับฝูงสัตว์
และภัยพิบัติจากฝี

อพยพ 8:21-9:11

"แล้วพระเจ้าก็ทรงกระทำดังนั้น เหลือบฝูงใหญ่ยิ่งนักเข้าไปใน พระราชวังของฟาโรห์ ในเรือนข้าราชการ และทั่วแผ่นดินอียิปต์ ทำให้แผ่นดินได้รับความเสียหายย่อยยับ" (8:24)

"หัตถ์ของพระเจ้าจะทำให้ฝูงสัตว์ในทุ่งนา ฝูงม้า ฝูงลา ฝูงอูฐ ฝูงโค และฝูงแพะแกะเป็นโรคระบาดร้ายแรงขึ้น... รุ่งขึ้นพระเจ้าก็ทรงกระทำตามพระวาจา ฝูงสัตว์ของชาวอียิปต์ตายหมด แต่สัตว์ของชนชาติอิสราเอลไม่ตายสักตัวเดียว" (9:3,6)

"เขาทั้งสองจึงกำเขม่าจากเตาไปยืนอยู่ต่อพระพักตร์ฟาโรห์ พอโมเสสซัดเขม่าขึ้นไปในท้องฟ้า เขม่านั้นก็ทำให้เกิดฝีแตกลามไปทั้งตัวคนและสัตว์ ฝ่ายพวกนักแสดงกลก็ไม่อาจยืนอยู่ต่อหน้าโมเสสเพราะพวกเล่นกลและชาวอียิปต์ทั้งปวงก็เป็นฝีทั่วตัวด้วยเหมือนกัน" (9:10-11)

นักมายากลชาวอียิปต์ยอมรับถึงฤทธิ์อำนาจของพระเจ้าหลังจากที่เขาเห็นภัยพิบัติจากริ้น แต่จิตใจของฟาโรห์ยังคงแข็งกระด้างและไม่ยอมรับฟังโมเสส ฤทธิ์อำนาจที่พระเจ้าได้ทรงสำแดงให้เห็นมาจนถึงเวลานี้ก็เพียงพอที่จะทำให้ฟาโรห์เชื่อในพระเจ้า แต่ฟาโรห์กลับพึ่งพิงกำลังและอำนาจของตนเองทั้งยังเห็นว่าตนเองคือเทพเจ้าโดยไม่ยำเกรงพระเจ้า

ภัยพิบัติยังเกิดขึ้นต่อไป แต่ฟาโรห์ก็ไม่ยอมกลับใจ จิตใจของท่านกลับแข็งกระด้างมากยิ่งขึ้น ดังนั้นภัยพิบัติจึงมีความรุนแรงเพิ่มมากขึ้นเช่นกัน ณ จุดนี้ ภัยพิบัติจากริ้นถือเป็นสิ่งที่ยังคงแก้ไขได้ในทันทีถ้าเพียงแต่คนเหล่านั้นหันหลังกลับ นับจากจุดนี้เป็นต้นไปเป็นการยากมากยิ่งขึ้นที่คนเหล่านั้นจะแก้ไขสถานการณ์ได้

ภัยพิบัติจากเหลือบ

โมเสสเดินทางไปพบฟาโรห์ตั้งแต่เช้าตามพระคำของพระเจ้า ท่านบอกให้ฟาโรห์ทราบถึงพระคำของพระเจ้าที่ตรัสว่าจงปล่อยประชาชนอิสราเอลไป

“พระเจ้าตรัสกับโมเสสว่า ‘ลุกขึ้นแต่เช้าไปคอยเฝ้าฟาโรห์ ฟาโรห์จะมายังแม่น้ำ แล้วบอกว่า “พระเจ้าตรัสดังนี้ว่า ‘จงปล่อยประชากรของเราให้ไปนมัสการเรา’”’” (อพยพ 8:20)

แต่ฟาโรห์ไม่ยอมฟังโมเสส สิ่งนี้ทำให้เกิดมีฝูงเหลือบจำนวนมากมาตอมคนอียิปต์ไม่เพียงแต่ในพระราชวังและฟาโรห์และบ้านเรือนของพวกข้าราชการเท่านั้น แต่ฝูงเหลือบตอมอยู่ทั่วแผ่นดินอียิปต์ด้วยเช่นกันและทำให้แผ่นดินได้รับความเสียหายย่อย

ยับ

เหลือบเป็นแมลงที่มีอันตรายเพราะเหลือบเป็นพาหะนำโรคต่าง ๆ เช่น โรคไทฟอยด์ อหิวาตกโรค วัณโรค และโรคเรื้อนเป็นต้น แมลงวันบ้านจำพวกนี้สามารถแพร่พันธุ์ได้ในทุกที่ทุกแห่งแม้กระทั่งตามสิ่งปฏิกูลและขยะมูลฝอย เหลือบกินทุกอย่างไม่ว่าจะเป็นสิ่งเน่าเสียหรืออาหาร เหลือบมีระบบย่อยอาหารที่รวดเร็วและขับถ่ายทุกห้านาที

เชื้อโรคชนิดต่าง ๆ อาจถูกปล่อยลงไปในอาหารของคนหรือภาชนะใส่อาหารและอาจเข้าไปอยู่ในร่างกายของมนุษย์ ปากและเท้าของแมลงเหล่านี้ชุ่มโชกไปด้วยของเหลวที่อาจเป็นพาหะนำโรคด้วยเช่นกัน แมลงเหล่านี้เป็นสาเหตุสำคัญที่สุดอย่างหนึ่งของการเกิดโรคระบาด

ในปัจจุบัน เรามีวิธีการป้องกันและวิธีการรักษามากมายและมีเชื้อโรคเพียงไม่กี่ชนิดที่ถูกถ่ายโอนผ่านทางแมลง แต่ในอดีตถ้ามีโรคระบาดเกิดขึ้น ผู้คนจำนวนมากจะเสียชีวิต นอกเหนือจากโรคระบาดแล้วถ้าแมลงเหล่านี้เกาะอยู่ตามอาหารที่เรากิน เราก็ไม่กล้ากินอาหารนั้นเพราะอาหารนั้นไม่สะอาด

แต่เหลือบหรือแมลงที่ตอมอยู่เหนืออียิปต์ไม่ได้มีเพียงสองสามตัวแต่มีจำนวนมากมายมหาศาล ผู้คนที่นั่นคงประสบกับความทุกข์ทรมานมากทีเดียว เขาคงรู้สึกหวาดกลัวเพียงแค่การเฝ้ามองดูภาพเหตุการณ์ที่เกิดขึ้นรอบๆข้างตน

แผ่นดินอียิปต์เต็มไปด้วยฝูงเหลือบที่น่าขยะแขยงจำนวนมหาศาล สิ่งนี้หมายความว่าไม่เพียงแต่ฟาโรห์เท่านั้นที่กบฏต่อสู้กับพระเจ้า แต่การกบฏนั้นยังขยายไปทั่วแผ่นดินอียิปต์ด้วยเช่นกัน

แต่เพื่อแยกให้เห็นความแตกต่างระหว่างคนอิสราเอลกับคนอียิปต์ ปรากฏว่าในดินแดนโกเชนซึ่งเป็นที่อยู่อาศัยของคนอิสราเอลนั้นไม่มีฝูงเหลือบอยู่ที่นั่นเลย

"จงไปถวายสัตวบูชาแด่พระเจ้าของเจ้าในเขตแผ่นดินนี้" (อพยพ 8:25)

ก่อนที่พระเจ้าทรงทำให้เกิดภัยพิบัติอย่างแรกพระองค์ทรงสั่งให้ปล่อยคนอิสราเอลไปถวายเครื่องสัตวบูชาแด่พระองค์ในถิ่นทุรกันดาร แต่ฟาโรห์บอกคนเหล่านั้นให้ไปถวายเครื่องสัตวบูชาแด่พระเจ้าในแผ่นดินอียิปต์ ตอนนี้โมเสสไม่ยอมรับข้อเสนอดังกล่าวพร้อมกับทูลให้ฟาโรห์ทราบถึงเหตุผล

"การกระทำเช่นนั้นหาควรไม่ เพราะข้าพระบาททั้งหลายต้องถวายสัตวบูชาแด่พระเจ้าของข้าพระบาท แต่ชาวอียิปต์ถือว่าเป็นการผิดที่จะฆ่าสัตว์เหล่านี้ ถ้าข้าพระบาทถวายสัตวบูชาต่อหน้าเขาซึ่งอียิปต์ถือว่าเป็นสัตว์ที่ไม่ควรฆ่า เขาจะไม่เอาก้อนหินขว้างข้าพระบาททั้งหลายหรือ" (อพยพ 8:26)

โมเสสกล่าวต่อไปว่าคนอิสราเอลต้องเดินทางไปในถิ่นทุรกันดารเป็นเวลาสามวันเพื่อทำตามคำบัญชาของพระเจ้า ฟาโรห์จึงมีรับสั่งให้คนเหล่านั้นไปแต่กำชับว่าอย่าไปไกลมากนักพร้อมกับขอร้องให้คนอิสราเอลอธิษฐานเผื่อท่านด้วย

โมเสสทูลฟาโรห์ว่าฝูงเหลือบจะหมดไปจากแผ่นดินอียิปต์ในวันต่อมาพร้อมกับขอร้องให้ฟาโรห์สัตย์ซื่อต่อคำพูดของท่านในการยอมให้คนอิสราเอลไป

แต่หลังจากที่ฝูงเหลือบหมดไปจากแผ่นดินอียิปต์ด้วยคำอธิษฐานของโมเสส ฟาโรห์ก็เปลี่ยนความคิดของท่านและไม่ยอมปล่อยให้คนอิสราเอลไปตามที่ท่านพูดไว้ สิ่งนี้ชี้ให้เห็นว่าฟาโรห์

เป็นคนเจ้าเล่ห์และเต็มไปด้วยกลอุบายมากเพียงใด นอกจากนั้นเรายังเห็นเช่นกันว่าเพราะเหตุใดฟาโรห์จึงพบกับภัยพิบัติอื่น ๆ อย่างต่อเนื่อง

ความหมายฝ่ายวิญญาณของภัยพิบัติจากเหลือบ

เหลือบหรือแมลงมาจากความสกปรกและถ่ายโอนโรคระบาดออกไปฉันใด ถ้าจิตใจของมนุษย์ชั่วร้ายและสกปรกเขาก็จะพูดสิ่งที่ชั่วร้ายออกไปด้วยฉันนั้น สิ่งนี้จึงเป็นเหตุให้เกิดโรคภัยหรือปัญหาขึ้นกับเขา นี่คือภัยพิบัติจากเหลือบ

เมื่อภัยพิบัติประเภทนี้เกิดขึ้น สิ่งนี้จะไม่ส่งผลกระทบต่อคนที่ทำสิ่งชั่วร้ายเท่านั้น แต่ภรรยา/สามีและธุรกิจของเขาก็จะได้รับผลกระทบด้วยเช่นกัน

มัทธิว 15:18-19 กล่าวว่า "แต่สิ่งที่ออกจากปากก็ออกมาจากใจ สิ่งนั้นแหละทำให้มนุษย์เป็นมลทิน ความคิดชั่วร้าย การฆ่าคน การผิดผัวผิดเมีย การล่วงประเวณี การลักขโมย การเป็นพยานเท็จ การใส่ร้ายก็ออกมาจากใจ"

สิ่งที่อยู่ในจิตใจของมนุษย์จะปรากฏออกมาทางริมฝีปากของเขา คำพูดที่ดีออกมาจากจิตใจที่ดีงาม แต่คำพูดที่สกปรกจะออกมาจากจิตใจที่สกปรก ถ้าเรามีความเท็จ เล่ห์เหลี่ยม ความเกลียดชัง และความโกรธ คำพูดและการกระทำที่ปรากฏออกมาก็จะเต็มไปด้วยสิ่งเหล่านี้เช่นกัน

การใส่ร้ายป้ายสี การพิพากษาตัดสิน การกล่าวประณาม และการแช่งด่าล้วนออกมาจากจิตใจที่ชั่วร้ายและสกปรกทั้งสิ้น เพราะเหตุนี้มัทธิว 15:11 จึงกล่าวว่า "มิใช่สิ่งซึ่งเข้าไปในปากจ

ะทำให้มนุษย์เป็นมลทิน แต่สิ่งซึ่งออกมาจากปากนั้นแหละทำให้มนุษย์เป็นมลทิน"

แม้แต่คนที่ไม่เชื่อก็พูดในลักษณะที่ว่า "คำพูดร่วงหล่นออกมาเหมือนเมล็ดพืช" หรือ "เมื่อท่านทำน้ำหกท่านไม่สามารถนำน้ำนั้นกลับมาอีก"

ท่านไม่อาจยกเลิกสิ่งที่ท่านเพิ่งพูดออกไป คำพูดที่ผ่านออกมาทางริมฝีปากมีความสำคัญมากโดยเฉพาะอย่างยิ่งในชีวิตคริสเตียน คำพูดจะส่งผลลัพธ์ที่แตกต่างสำหรับท่านตามลักษณะของคำพูดที่ท่านพูดออกมาไม่ว่าจะอยู่ในแง่บวกหรือแง่ลบก็ตาม

ถ้าเราเป็นหวัดหรือมีโรคติดต่อที่ไม่ร้ายแรง สิ่งนี้จัดอยู่ในกลุ่มของภัยพิบัติจากริ้น ดังนั้น ถ้าเรากลับใจทันทีเราก็จะได้รับการรักษาให้หายจากโรคดังกล่าว แต่ในกรณีของภัยพิบัติจากเหลือบนั้นเราไม่อาจรับการรักษาให้หายได้ในทันทีแม้เราจะกลับใจ เนื่องจากโรคที่เกิดจากภัยพิบัติประเภทนี้มีต้นเหตุมาจากความชั่วที่รุนแรงกว่าโรคที่เกิดจากภัยพิบัติจากริ้น ดังนั้นเราจึงต้องได้รับการลงโทษ

ด้วยเหตุนี้ ถ้าเราพบกับภัยพิบัติจากเหลือบ เราต้องมองย้อนกลับไปดูตัวเองและกลับใจในคำพูดและสิ่งที่ชั่วร้ายอื่น ๆ อย่างถ่องแท้ ปัญหาของเราจะได้รับการแก้ไขก็ต่อเมื่อเรากลับใจอย่างแท้จริงเท่านั้น

ในพระคัมภีร์เราเห็นผู้คนที่ถูกลงโทษเนื่องจากคำพูดที่ชั่วร้ายของตน หนึ่งในผู้คนเหล่านั้นได้แก่ มีคาลพระธิดาของกษัตริย์ซาอูลและพระมเหสีของกษัตริย์ดาวิด ใน 2 ซามูเอลบทที่ 6 เมื่อมีการนำเอาหีบพันธสัญญาของพระเจ้ากลับมาสู่เมืองของดาวิด ดาวิดมีความเปรมปรีดิ์มากพร้อมกับเต้นรำต่อหน้าประชา

ชน

หีบพันธสัญญาของพระเจ้าเป็นสัญลักษณ์ของการสถิตอยู่ด้วยของพระเจ้า หีบพันธสัญญานี้ถูกคนฟีลิสเตียยึดเอาไปในยุคของผู้วินิจฉัยแต่ถูกยึดกลับคืนมาได้ เขาไม่สามารถเก็บหีบพันธสัญญาไว้ในพลับพลาในเวลานั้นและได้นำหีบดังกล่าวไปเก็บไว้ที่คีริยาทเยอาริมเป็นเวลาเกือบ 70 ปี หลังจากดาวิดขึ้นครองราชย์ท่านจึงย้ายหีบพันธสัญญาของพระเจ้ามาที่พลับพลาภายในกรุงเยรูซาเล็ม ดาวิดรู้สึกชื่นชมยินดีอย่างยิ่ง

ไม่เพียงแต่ดาวิดเท่านั้นที่ชื่นชมยินดี แต่คนอิสราเอลทั้งสิ้นก็ชื่นชมยินดีและสรรเสริญพระเจ้าร่วมกันกับท่านด้วย แต่มีคาลซึ่งควรชื่นชมยินดีร่วมกับพระสวามีของเธอกลับพูดจาดูหมิ่นเหยียดหยามการกระทำของกษัตริย์ดาวิดว่า

"วันนี้พระราชาแห่งอิสราเอลได้เกียรติยศนักหนาทีเดียวนะเพคะ ทรงถอดฉลองพระองค์วันนี้ต่อหน้าสาวใช้ของข้าราชการอย่างกับคนถ่อยแก้ผ้าด้วยไม่มีความอาย" (2 ซามูเอล 6:20)

ดาวิดตรัสตอบเธอว่าอย่างไร

"เป็นงานที่ถวายแด่พระเจ้าผู้ทรงเลือกเราไว้แทนเสด็จพ่อของเจ้าและแทนราชวงศ์ทั้งสิ้นของพระองค์ท่าน ทรงแต่งตั้งให้เราเป็นเจ้าเหนืออิสราเอลประชากรของพระเจ้าและเราจึงจะร่าเริงต่อพระพักตร์พระเจ้า เราจะถ่อมตัวของเราลงยิ่งกว่านี้อีกให้ปรากฏแก่ตาของเราเองว่าเป็นคนต่ำ แต่โดยพวกสาวใช้ที่เจ้าพูดถึงนั้นเราจะเป็นผู้ที่เขาถือว่ามีเกียรติ" (2 ซามูเอล 6:21-22)

ผลจากการที่มีคาลกล่าวถ้อยคำอันชั่วร้ายดังกล่าวทำให้เธอไม่สามารถมีบุตรได้ตลอดชีวิต

ในทำนองเดียวกัน ผู้คนทำบาปหลายอย่างด้วยริมฝี

ปากของตน แต่คนเหล่านั้นไม่รู้ด้วยซ้ำว่าคำพูดของตนเป็นบาป เนื่องจากความผิดบาปแห่งริมฝีปากของตน การลงโทษบาปจึงมาเหนือที่ทำงาน ธุรกิจ และครอบครัวของเขา แต่เขาไม่รู้ว่าเพราะอะไร พระเจ้าทรงบอกให้เราทราบถึงความสำคัญของคำพูดด้วยเช่นกัน

"คนชั่วร้ายย่อมติดบ่วงโดยการละเมิดแห่งริมฝีปากของตน แต่คนชอบธรรมหนีพ้นจากความลำบาก จากผลแห่งถ้อยคำของตนคนก็อิ่มใจในความดีและผลงานแห่งมือของเขาก็กลับมาหาเขา" (สุภาษิต 12:13-14)

"คนดีกินของดีจากผลปากของตน แต่ความปรารถนาของคนทรยศก็เพื่อความทารุณ บุคคลที่ระแวดระวังปากของเขาจะสงวนชีวิตของเขา บุคคลที่เปิดริมฝีปากกว้างมาถึงความพินาศ" (สุภาษิต 13:2-3)

"ความตายความเป็นอยู่ที่อำนาจของลิ้นและบรรดาผู้ที่รักมันก็จะกินผลของมัน" (สุภาษิต 18:21)

เราควรรู้ว่าถ้อยคำอันชั่วร้ายจากริมฝีปากของเราก่อให้เกิดผลลัพธ์ประเภทใดบ้างเพื่อเราจะพูดเฉพาะถ้อยคำเชิงบวก ถ้อยคำที่ดีและงดงาม ถ้อยคำแห่งความชอบธรรมและความสว่าง และถ้อยคำแห่งความเชื่อ

ภัยพิบัติที่เกิดกับฝูงสัตว์

แม้หลังจากประสบกับความทุกข์จากภัยพิบัติจากเหลือบ แต่จิตใจของฟาโรห์ก็ยังคงแข็งกระด้างและไม่ยอมปล่อยให้คนอิสราเอ

ลไป จากนั้นพระเจ้าจึงทรงอนุญาตให้มีภัยพิบัติที่เกิดกับฝูงสัตว์ขึ้น

ในเวลานี้พระเจ้าทรงส่งโมเสสไปเฝ้าฟาโรห์ก่อนที่พระองค์จะส่งภัยพิบัติมา พระองค์ทรงส่งโมเสสไปบอกให้ฟาโรห์ทราบถึงน้ำพระทัยของพระองค์

"ถ้าท่านไม่ยอมปล่อยให้ไปยังหน่วงเหนี่ยวเขาไว้ หัตถ์ของพระเจ้าจะทำให้ฝูงสัตว์ในทุ่งนา ฝูงม้า ฝูงลา ฝูงอูฐ ฝูงโค และฝูงแพะแกะเป็นโรคระบาดร้ายแรงขึ้น แต่พระองค์จะทรงกระทำต่อฝูงสัตว์ของชนชาติอิสราเอลต่างกับฝูงสัตว์ของชาวอียิปต์ สัตว์ของคนอิสราเอลจะไม่ต้องตายเลย" (อพยพ 9:2-4)

เพื่อให้คนเหล่านั้นรู้ว่าสิ่งที่เกิดขึ้นไม่ใช่เหตุบังเอิญ แต่ภัยพิบัติเกิดขึ้นมาจากฤทธิ์อำนาจของพระเจ้าพระองค์จึงกำหนดเวลาอย่างชัดเจนว่า "พรุ่งนี้พระเจ้าจะทรงกระทำสิ่งนี้ในแผ่นดิน" พระองค์ทรงให้โอกาสกับคนเหล่านั้นกลับใจด้วยวิธีการนี้

ถ้าฟาโรห์ยอมรับถึงฤทธิ์อำนาจของพระเจ้าแม้แต่เพียงเล็กน้อยท่านก็คงเปลี่ยนความคิดของตนและจะไม่พบกับภัยพิบัติอย่างอื่นอีก

แต่ฟาโรห์ไม่เปลี่ยนความคิดของท่าน ผลลัพธ์ก็คือภัยพิบัติที่เกิดกับฝูงสัตว์จึงมาเหนือคนอียิปต์ ฝูงสัตว์ในทุ่งนา ฝูงม้า ฝูงลา ฝูงอูฐ ฝูงโค และฝูงแพะแกะของคนเหล่านั้นจึงตายด้วยโรคระบาด

ในทางตรงกันข้าม สัตว์ของชนชาติอิสราเอลกลับไม่ตายแม้แต่ตัวเดียว พระเจ้าทรงทำให้คนเหล่านั้นรู้ว่าพระองค์ทรงพระชนม์อยู่และทรงกระทำตามพระดำรัสของพระองค์ ฟาโรห์รู้จักความจริงข้อนี้เป็นอย่างดี แต่จิตใจของท่านก็ยังคงแข็งกระด้างและไม่เป

ลี่ยนแปลงความคิดของตน

ความหมายฝ่ายวิญญาณของภัยพิบัติที่เกิดกับฝูงสัตว์

ภัยพิบัติที่เกิดกับฝูงสัตว์เป็นโรคที่ระบาดอย่างรวดเร็วและคร่าชีวิตของคนหรือสัตว์เป็นจำนวนมาก เวลานี้สัตว์ทั้งหลายในอียิปต์ล้มตายด้วยโรคระบาดนี้ เราคงพอจินตนาการได้ว่าความเสียหายนั้นมีมากเพียงใด

ยกตัวอย่าง กาฬโรคร้ายแรงที่ระบาดในยุโรปและเอเชียในศตวรรษที่ 14 คือโรคระบาดที่เกิดกับสัตว์จำพวกกระรอกและหนู แต่โรคระบาดนี้แพร่ไปยังผู้คนผ่านทางหมัดหรือเห็บจนกลายเป็นต้นเหตุของการเสียชีวิตจำนวนมาก เนื่องจากโรคนี้เป็นโรคระบาดร้ายแรงและวิทยาการทางการแพทย์ยังไม่พัฒนาเท่าที่ควรจึงทำให้มีการสูญเสียชีวิตเป็นจำนวนมาก

ฝูงสัตว์อย่างฝูงม้า ฝูงลา ฝูงอูฐ ฝูงโค ฝูงแพะ และฝูงแกะถือเป็นทรัพย์สมบัติที่สำคัญของผู้คน ดังนั้นฝูงสัตว์จึงเป็นเครื่องหมายของทรัพย์สมบัติของฟาโรห์ ของข้าราชการ และของประชาชน ฝูงสัตว์เป็นสิ่งมีชีวิต ในปัจจุบันสิ่งนี้หมายถึงคนในครอบครัว เพื่อนร่วมงาน และเพื่อนฝูงที่อยู่ในครัวเรือน ที่ทำงาน หรือธุรกิจของเรา

สาเหตุของภัยพิบัติที่เกิดกับฝูงสัตว์ของอียิปต์มาจากความชั่วร้ายของฟาโรห์ เพราะเหตุนี้ ในฝ่ายวิญญาณ ภัยพิบัติที่เกิดกับฝูงสัตว์จึงหมายความว่าโรคภัยจะเกิดขึ้นกับคนในครอบครัวของเราถ้าเราสะสมความชั่วเอาไว้และพระเจ้าจะทรงหันพระพักตร์ไปจากเรา

ยกตัวอย่าง เมื่อพ่อแม่ไม่เชื่อฟังพระเจ้า ลูกที่รักของเขาอาจป่วยเป็นโรคที่ยากต่อการรักษาให้หาย หรือภรรยาอาจเจ็บไข้ได้ป่วยเนื่องจากความชั่วร้ายของสามี เมื่อภัยพิบัติอย่างนี้เกิดขึ้นกับเรา ไม่เพียงแต่เราเท่านั้นที่ต้องหันไปทบทวนตนเอง แต่สมาชิกในครอบครัวของเราควรกลับใจด้วยเช่นเดียวกัน

จากอพยพ 20:4 เป็นต้นไปกล่าวว่าการลงโทษในเรื่องการกราบไหว้รูปเคารพจะตกทอดไปถึงสามสี่ชั่วอายุคน

แน่นอน พระเจ้าแห่งความรักจะไม่ทรงลงโทษในทุกกรณี ถ้าลูกเป็นคนมีจิตใจที่ดีงาม ต้อนรับเอาพระเจ้าและดำเนินชีวิตในความเชื่อ เขาก็จะไม่พบภัยพิบัติอันเกิดจากความบาปของพ่อแม่ของเขา

แต่ถ้าลูกสะสมความชั่วที่เขาสืบทอดจากพ่อแม่ของตนเอาไว้เพิ่มมากขึ้น เขาก็จะได้รับผลของความบาป ในหลายกรณี ลูกที่เกิดมาในครอบครัวซึ่งกราบไหว้รูปเคารพอย่างเอาจริงเอาจังมักเกิดมาพร้อมกับความพิการหรือมีสติฟั่นเฟือน

บางคนมีผ้ายันต์ติดอยู่ตามผนังบ้านเรือนของตน บางคนกราบไหว้รูปเคารพ บางคนทำสัตย์ปฏิญาณกับสิ่งศักดิ์สิทธิ์ด้วยชื่อของตน ในกรณีของการกราบไหว้รูปเคารพอย่างเอาจริงเอาจังเช่นนี้ แม้ตัวเขาจะไม่พบกับภัยพิบัติ แต่ลูกๆ ของเขาจะประสบกับปัญหามากมาย

ด้วยเหตุนี้ พ่อแม่ควรดำเนินชีวิตอยู่ในความจริงเสมอเพื่อความบาปของเขาจะไม่ตกทอดไปสู่ลูกหลานของตน ถ้าคนในครอบครัวมีโรคภัยไข้เจ็บที่ยากต่อการรักษาให้หาย เขาต้องตรวจสอบดูว่าโรคภัยนั้นมีต้นเหตุมาจากความบาปของตนหรือไม่

ภัยพิบัติจากฝี

ฟาโรห์เฝ้าดูฝูงสัตว์ของอียิปต์ตายด้วยโรคระบาดและท่านได้ใช้คนของท่านไปตรวจดูว่าเกิดอะไรขึ้นกับดินแดนโกเชนซึ่งเป็นที่อยู่อาศัยของคนอิสราเอล สัตว์ของคนอิสราเอลไม่ตายแม้แต่ตัวเดียวซึ่งแตกต่างกับสิ่งที่เกิดขึ้นกับคนอียิปต์ในที่ต่าง ๆ

ฟาโรห์ไม่ยอมหันกลับแม้หลังจากที่ท่านมีประสบการณ์กับการทำงานของพระเจ้าที่ไม่อาจปฏิเสธได้ก็ตาม

"ฟาโรห์ทรงใช้คนไปดูและประจักษ์ว่าสัตว์ของคนอิสราเอลไม่ตายสักตัวเดียว แต่พระทัยของฟาโรห์ยังแข็งกระด้างไม่ยอมปล่อยให้ประชากรไป" (อพยพ 9:7)

สุดท้าย พระเจ้าจึงตรัสกับโมเสสและอาโรนให้กำเขม่าจากเตาให้เต็มกำมือแล้วให้โมเสสซัดขึ้นไปในอากาศต่อหน้าฟาโรห์ เมื่อทั้งสองท่านทำในสิ่งที่พระเจ้าได้ทรงบัญชา เขม่านั้นก็ทำให้เกิดเป็นฝีแตกลามไปตามตัวคนและสัตว์ทั่วแผ่นดิน

ฝีคืออาการบวมเปล่งตามจุดต่าง ๆ ของร่างกายและอาการอักเสบของผิวหนังซึ่งเป็นผลมาจากการติดเชื้อของรากผมและเนื้อเยื่อที่อยู่ติดกันซึ่งมีลักษณะเป็นก้อนกลมแข็งและมีหนอง

ในกรณีที่รุนแรง คนที่เป็นฝีอาจต้องได้รับการผ่าตัด ฝีบางชนิดมีขนาดเส้นผ่าศูนย์กลางใหญ่กว่า 10 เซนติเมตร ฝีจะบวมเปล่งและทำให้มีไข้สูงพร้อมกับมีอาการอ่อนเพลียเมื่อยล้า บางคนไม่สามารถเดินได้ ฝีเป็นสิ่งที่ก่อให้เกิดความเจ็บปวดทรมานมาก

ฝีนี้แตกลามไปทั้งตัวคนและสัตว์ทั่วแผ่นดินอียิปต์ แม้แต่พวกนักแสดงมายากลก็ไม่อาจยืนอยู่ต่อหน้าโมเสสได้เพราะเขาก็เ

ปื่นฝีทั่วตัวด้วยเหมือนกัน

ในกรณีของภัยพิบัติที่เกิดกับฝูงสัตว์มีเพียงฝูงสัตว์เท่านั้นที่ตายด้วยโรคระบาด แต่ในกรณีของภัยพิบัติจากฝี ไม่เพียงแค่สัตว์เท่านั้นที่พบกับความเจ็บปวด แม้แต่ประชาชนก็ประสบกับความทุกข์ทรมานด้วยเช่นกัน

ความหมายฝ่ายวิญญาณของภัยพิบัติจากฝี

ภัยพิบัติที่เกิดกับฝูงสัตว์เป็นโรคระบาดที่เกิดขึ้นภายใน แต่ฝีเป็นสิ่งที่ปรากฏให้เห็นภายนอกเมื่อมีสิ่งบางอย่างที่รุนแรงเกิดขึ้นภายใน

ยกตัวอย่าง เซลล์มะเร็งขนาดเล็กอาจก่อตัวขึ้นและในที่สุดอาการดังกล่าวก็ปรากฏให้เห็นภายนอก อาการเลือดออกในสมองหรือโรคอัมพาต โรคปอด และโรคเอดส์ก็เช่นเดียวกัน

โรคเหล่านี้มักพบอยู่ในผู้คนที่มีลักษณะดื้อดึงและแข็งกระด้าง แต่ละคนอาจแตกต่างกัน แต่หลายคนมักเป็นคนอารมณ์ร้อนเย่อหยิ่งจองหอง ไม่ยอมยกโทษให้คนอื่น และคิดว่าตนดีที่สุด นอกจากนั้น คนเหล่านี้ยังยืนกรานว่าความคิดของตนเท่านั้นที่ถูกต้องและมองไม่เห็นความสำคัญของคนอื่น ที่เป็นเช่นนี้เพราะเขาขาดความรัก เพราะเหตุนี้ภัยพิบัติจึงเกิดขึ้นกับเขา

บางครั้งเราอาจสงสัยว่า “เขาดูเป็นคนสุภาพอ่อนน้อมและเป็นคนดี แล้วทำไมเขาจึงทนทุกข์ทรมานกับโรคนี้เล่า” แต่ถึงแม้ว่าบุคคลอาจดูเป็นคนสุภาพอ่อนน้อมในภายนอก แต่ในสายพระเนตรของพระเจ้าเขาอาจไม่ได้เป็นคนเช่นนั้น

ถ้าเขาไม่ได้เป็นคนดื้อรั้น บางทีเขาอาจทนทุกข์อันเนื่องมาจ

ากความบาปที่บรรพบุรุษของเขากระทำก็ได้ (อพยพ 20:5)

เมื่อภัยพิบัติเกิดขึ้นเพราะเหตุสมาชิกบางคนในครอบครัว ปัญหาดังกล่าวจะได้รับการแก้ไขเมื่อทุกคนในครอบครัวกลับใจร่วมกัน ถ้าครอบครัวอยู่กันอย่างสงบสุขและเป็นครอบครัวที่งดงาม สิ่งนี้จะกลายเป็นพระพรสำหรับเขา

พระเจ้าทรงควบคุมชีวิต ความตาย ความรุ่งเรือง และความเสื่อมถอยของมนุษย์ด้วยความยุติธรรมของพระองค์ ดังนั้นจึงไม่มีภัยพิบัติหรือเหตุร้ายใดเกิดขึ้นโดยปราศจากเหตุผล (เฉลยธรรมบัญญัติ 28)

นอกจากนั้น แม้ในยามที่ลูกได้รับความทุกข์ทรมานอันเนื่องมาจากพ่อแม่หรือบรรพบุรุษของตน แต่สาเหตุที่แท้จริงของความทุกข์เหล่านั้นมาจากตัวลูกเอง แม้พ่อแม่กราบไหว้รูปเคารพ ถ้าลูกดำเนินชีวิตในพระคำของพระเจ้า พระองค์จะทรงปกป้องเขา ดังนั้นภัยพิบัติจะไม่ย่างกรายเข้ามาในชีวิตของเขา

การลงโทษความผิดบาปในเรื่องการกราบไหว้รูปเคารพของบรรพบุรุษหรือของพ่อแม่จะตกทอดมาถึงลูกหลาน เพราะลูกหลานไม่ได้ดำเนินชีวิตด้วยพระคำของพระเจ้า ถ้าเขาดำเนินชีวิตอยู่ในความจริง พระเจ้าแห่งความยุติธรรมจะทรงปกป้องคุ้มครองเขา ดังนั้นเขาจึงไม่มีปัญหาใด ๆ

เพราะพระเจ้าทรงเป็นความรักพระองค์จึงทรงถือว่าวิญญาณหนึ่งดวงมีค่ายิ่งกว่าโลกทั้งโลก พระองค์ทรงต้องการให้ทุกคนไปถึงความรอด ดำเนินชีวิตอยู่ในความจริง และมีชัยชนะในการดำเนินชีวิต

พระเจ้าทรงอนุญาตให้ภัยพิบัติเกิดขึ้นกับเราไม่ใช่เพื่อผลักไสไล่ส่งเราไปสู่ความพินาศ แต่เพื่อนำเราให้กลับใจจากบาปของเรา

และหันไปเสียจากบาปเหล่านั้นตามความรักของพระองค์

ภัยพิบัติจากโลหิต ภัยพิบัติจากกบ และภัยพิบัติจากริ้นมีต้นเหตุมาจากซาตานและภัยพิบัติเหล่านี้ถือว่าเป็นภัยพิบัติที่ไม่ค่อยรุนแรง ดังนั้นถ้าเรากลับใจและหันหลังกลับ เราก็สามารถแก้ปัญหาเรื่องนี้ได้ไม่ยากนัก

แต่ภัยพิบัติจากเหลือบ ภัยพิบัติที่เกิดกับฝูงสัตว์ และภัยพิบัติจากฝีมีความรุนแรงมากกว่าและมีผลโดยตรงต่อร่างกายของเรา ดังนั้นในกรณีเหล่านี้เราต้องฉีกหัวใจของเราออกและกลับใจอย่างแท้จริง

ถ้าเราได้รับความทุกข์จากภัยพิบัติเหล่านี้เราไม่ควรโทษคนอื่น แต่เราต้องฉลาดพอที่จะทบทวนตนเองด้วยพระคำของพระเจ้าและกลับใจจากสิ่งที่ไม่ถูกต้องในสายพระเนตรของพระองค์

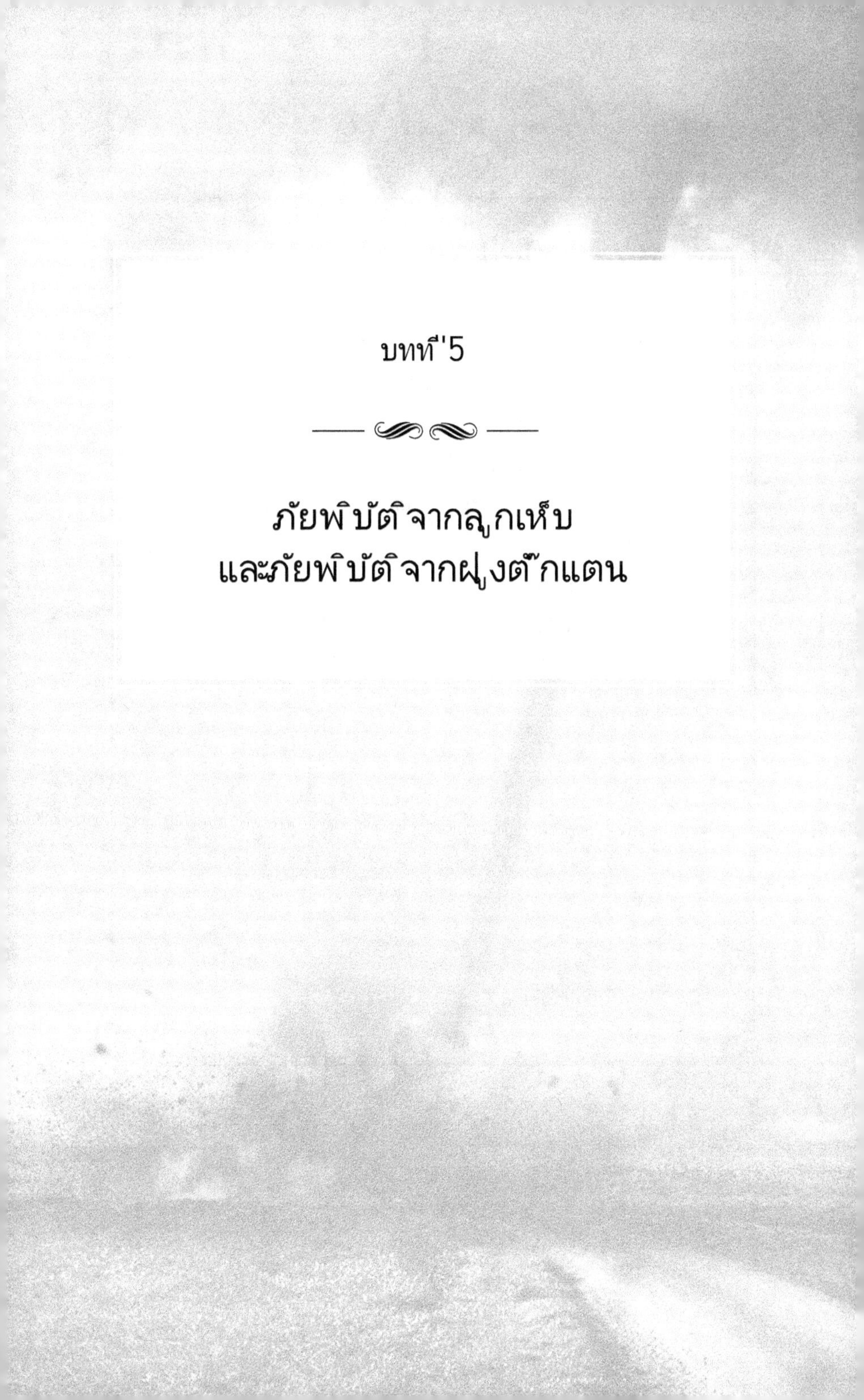

บทที่ 5

ภัยพิบัติจากลูกเห็บ
และภัยพิบัติจากฝูงตั๊กแตน

อพยพ 9:23-10:20

โมเสสก็ชูไม้เท้าขึ้นยังท้องฟ้า แล้วพระเจ้าทรงบันดาลให้มีเสียงฟ้าร้อง มีลูกเห็บและไฟตกลงมาบนแผ่นดินอียิปต์ มีลูกเห็บกับไฟแลบ ลูกเห็บตกหนักยิ่งนักอย่างที่ไม่เคยมีในแผ่นดินอียิปต์ตั้งแต่เริ่มตั้งเป็นชาติมา (9:23-24)
โมเสสจึงยื่นไม้เท้าออกเหนือแผ่นดินอียิปต์ พระเจ้าก็บันดาลให้ลมตะวันออกพัดมาเหนือพื้นแผ่นดินทั้งกลางวันและกลางคืนตลอดวันนั้น ครั้นรุ่งเช้าลมตะวันออกก็พัดหอบฝูงตั๊กแตนมา ฝูงตั๊กแตนลงทั่วแผ่นดินอียิปต์หมด แต่ก่อนไม่เคยมีตั๊กแตนฝูงใหญ่อย่างนี้เลยและต่อไปข้างหน้าจะหามีอย่างนั้นอีกไม่ (10:13-14)

พ่อแม่ที่รักลูกของตนอย่างแท้จริงจะไม่ปฏิเสธที่จะปลูกฝังระเบียบวินัยหรือการตีสอนลูกของตน พ่อแม่มีความปรารถนาที่จะชี้นำลูกของตนไปในทางที่ถูกต้อง

เมื่อลูกไม่ฟังการดุด่าว่ากล่าวของพ่อแม่ บางครั้งพ่อแม่จำเป็นต้องใช้ไม้เรียวเพื่อให้ลูกจดจำ แต่ความเจ็บปวดในจิตใจของพ่อแม่นั้นรุนแรงยิ่งกว่าความเจ็บปวดฝ่ายร่างกายของลูก

บางครั้งพระเจ้าแห่งความรักทรงหันพระพักตร์ของพระองค์ไปเพื่ออนุญาตให้เกิดภัยพิบัติหรือปัญหาขึ้นเพื่อว่าบุตรที่รักของพระองค์จะกลับใจและหันไปเสียจากสิ่งเหล่านั้น

ภัยพิบัติจากลูกเห็บ

ที่จริงพระเจ้าสามารถส่งภัยพิบัติขั้นรุนแรงมาตั้งแต่แรกเพื่อทำให้ฟาโรห์ยอมจำนน แต่พระองค์ทรงอดกลั้นไว้เป็นเวลานาน พระเจ้าทรงสำแดงฤทธิ์อำนาจของพระองค์และทรงชี้นำให้ฟาโรห์และประชากรของท่านยอมรับนับถือพระเจ้าโดยเริ่มต้นกับภัยพิบัติที่ไม่ค่อยรุนแรง

"เราจะยกมือขึ้นประหารเจ้าและประชาชนของเจ้าด้วยภัยพิบัติให้สูญสิ้นไปจากโลกเสียก็ได้ แต่เหตุที่เราให้เจ้ามีชีวิตอยู่ ก็เพื่อจะให้เจ้าเห็นฤทธานุภาพของเราและนามของเราจะได้มีผู้ประกาศไปทั่วโลก เจ้ายังถือทิฐิต่อสู้ประชากรของเราไม่ยอมปล่อยเขาไป ดูนะ พรุ่งนี้ประมาณเวลานี้เราจะให้ลูกเห็บตกลงมาอย่างหนักอย่างที่ไม่เคยมีในอียิปต์ตั้งแต่เริ่มสร้างบ้านเมืองมาจนบัดนี้"
(อพยพ 9:15-18)

ภัยพิบัติเริ่มมีความรุนแรงเพิ่มมากขึ้นเรื่อย ๆ แต่ฟาโรห์ยังคงยกตนขึ้นต่อสู้กับประชาชนอิสราเอลด้วยการไม่ยอมปล่อยให้

คนเหล่านั้นไป บัดนี้พระเจ้าทรงอนุญาตให้ภัยพิบัติจากลูกเห็บ (ซึ่งเป็นภัยพิบัติอย่างที่เจ็ด) เกิดขึ้นกับท่าน

พระเจ้าทรงอนุญาตให้ฟาโรห์รู้ผ่านทางโมเสสว่าจะมีลูกเห็บตกลงมาอย่างหนักอย่างที่ไม่เคยมีมาก่อนในอียิปต์ตั้งแต่เริ่มตั้งประเทศนี้มาและพระองค์ทรงให้โอกาสเพื่อว่าประชาชนและฝูงสัตว์ในทุ่งนาจะสามารถซ่อนตัวภายในที่อยู่อาศัย พระองค์ทรงเตือนคนเหล่านั้นไว้ล่วงหน้าว่าถ้ามนุษย์หรือสัตว์อยู่นอกที่อยู่อาศัยมนุษย์และสัตว์ก็จะตายเพราะลูกเห็บ

พวกข้าราชการของฟาโรห์ที่เกรงกลัวพระคำของพระเจ้าก็ให้คนใช้และสัตว์เลี้ยงของตนซ่อนตัวในที่อยู่อาศัย แต่มีหลายคนที่ไม่ยำเกรงพระคำของพระเจ้าและไม่ใช่สนใจต่อคำเตือนสติดังกล่าว

“บรรดาข้าราชการของฟาโรห์ที่เกรงกลัวพระดำรัสของพระเจ้าก็ให้ทาสและสัตว์ของตนกลับเข้าบ้าน แต่ผู้ที่ไม่สนใจพระดำรัสของพระองค์ก็ยังคงปล่อยให้ทาสและสัตว์ของตนอยู่ในทุ่งนา” (อพยพ 9:21)

วันต่อมาโมเสสได้ชูมือของท่านขึ้นยังท้องฟ้าและพระเจ้าทรงทำให้มีเสียงฟ้าร้อง มีลูกเห็บ และมีไฟตกลงมาบนแผ่นดิน ภัยพิบัติครั้งนี้น่าจะสร้างความเสียหายอย่างมากให้กับมนุษย์ สัตว์และพืชพันธุ์ในทุ่งนาเพราะนี่เป็นภัยพิบัตินี้ที่ร้ายแรงมาก

แต่อพยพ 9:31-32 กล่าวว่า “ต้นป่านต้นบารลีถูกลูกเห็บทำลายเสียเพราะในเวลานั้นต้นบารลีก็กำลังออกรวงและต้นป่านก็ออกดอกแล้ว ส่วนข้าวสาลีและข้าวฟ่างนั้นมิได้ถูกทำลายเพราะงอกช้า” นั้นแสดงว่าความเสียหายเกิดขึ้นเพียงบางส่วน

ทั่วแผ่นดินอียิปต์ประสบกับความเสียหายอย่างรุนแรงเนื่องจากลูกเห็บและไฟ แต่ไม่มีเหตุการณ์ในทำนองนี้เกิดขึ้นที่ดินแด

นโกเชนเลย

ความหมายฝ่ายวิญญาณของภัยพิบัติจากลูกเห็บ

ปกติลูกเห็บตกโดยไม่มีการเตือนให้ทราบล่วงหน้า ลูกเห็บมักไม่ตกลงในพื้นที่กว้างใหญ่แต่จะตกในพื้นที่ขนาดเล็ก

ดังนั้น ภัยพิบัติจากลูกเห็บจึงเป็นสัญลักษณ์ของความรุนแรงที่เกิดขึ้นในบางแห่งไม่ใช่ในทุกแห่ง

ลูกเห็บที่ตกลงมาพร้อมกับไฟได้คร่าชีวิตของมนุษย์และสัตว์ พืชพันธุ์ในทุ่งนาได้รับความเสียหายและทำให้เกิดการขาดแคลนอาหาร กรณีนี้เกิดขึ้นเมื่อคนหนึ่งสูญเสียทรัพย์สินของตนอันเนื่องมาจากอุบัติเหตุที่เกิดขึ้นโดยไม่คาดคิด

บุคคลอาจพบกับความสูญเสียเนื่องจากเกิดไฟไหม้ในที่ทำงานหรือธุรกิจของตน สมาชิกในครอบครัวอาจป่วยเป็นโรคหรือได้รับอุบัติเหตุและอาจทำให้ครอบครัวสูญเสียเงินทองมากมายเพื่อดูแลรักษาเขา

ยกตัวอย่าง ลองใคร่ครวญถึงบุคคลคนหนึ่งที่สัตย์ซื่อกับองค์พระผู้เป็นเจ้า แต่เขาเริ่มทุ่มเทให้กับธุรกิจของตนอย่างมากจนเขาขาดการนมัสการในวันอาทิตย์อยู่หลายครั้ง ในที่สุดเขาก็เลิกรักษาวันขององค์พระผู้เป็นเจ้าให้เป็นวันบริสุทธิ์

เพราะเหตุนี้พระเจ้าจึงไม่ทรงปกป้องคุ้มครองเขาและเขาพบกับปัญหามากมายในธุรกิจของตน เขาอาจพบกับอุบัติเหตุหรือป่วยเป็นโรคโดยไม่คาดคิดเช่นกัน สิ่งนี้อาจทำให้เขาสูญเสียเงินทองมากมาย กรณีเช่นนี้เป็นเหมือนภัยพิบัติที่เกิดจากลูกเห็บ

ผู้คนส่วนใหญ่ถือว่าทรัพย์สินเงินทองของตนเป็นสิ่งที่มีค่าเท่ากับชีวิต ใน 1 ทิโมธี 6:10 กล่าวว่าการรักเงินทองนั้นเป็นมู

ลเหตุแห่งความชั่วทั้งมวล ทั้งนี้ก็เพราะว่าความอยากได้ทรัพย์สินเงินทองจะส่งผลให้เกิดการฆ่าฟัน การปล้นสะดม การล่อลวงความรุนแรง และอาชญากรรมชนิดอื่น ๆ อีกมากมาย บางครั้งความสัมพันธ์ระหว่างพี่น้องขาดสะบั้นและการโต้เถียงกันเกิดขึ้นในหมู่เพื่อนบ้านเนื่องมาจากเงิน สาเหตุสำคัญของความขัดแย้งระหว่างประเทศมักเกิดจากผลประโยชน์ทางด้านวัตถุเนื่องจากแต่ละประเทศมุ่งล่าดินแดนและทรัพยากร

ผู้เชื่อบางคนไม่สามารถเอาชนะการทดลองในเรื่องเงินได้ ดังนั้นเขาจึงไม่ยอมรักษาวันขององค์พระผู้เป็นเจ้าให้บริสุทธิ์ หรือไม่ถวายสิบลดอย่างถูกต้อง เนื่องจากเขาไม่ได้ดำเนินชีวิตคริสเตียนอย่างถูกต้องเขาจึงอยู่ห่างไกลจากความรอด

ลูกเห็บทำลายพืชพันธัญญาหารส่วนใหญ่ฉันใด ภัยพิบัติจากลูกเห็บแสดงถึงการสูญเสียทรัพย์สินเงินทองของบุคคลที่เห็นว่าเงินเป็นสิ่งที่มีคุณค่าเท่าชีวิตด้วยฉันนั้น แต่คนเหล่านี้จะไม่สูญเสียทรัพย์สินเงินทองทั้งหมดของตนไปเหมือนดังลูกเห็บที่ทำลายเฉพาะพืชพันธุ์ในบางพื้นที่เท่านั้น

จากความจริงข้อนี้เราสามารถสัมผัสถึงความรักของพระเจ้าด้วยเช่นกัน ถ้าเราสูญเสียทรัพย์สินเงินทองทั้งสิ้นที่เรามีอยู่ไป บางคนอาจยอมแพ้และอาจถึงกับฆ่าตัวตาย เพราะเหตุนี้พระเจ้าจึงทรงทำลายทรัพย์สินเพียงบางส่วนเท่านั้น

แม้จะเป็นเพียงบางส่วน แต่ความเสียหายก็รุนแรงมากพอที่จะทำให้เรารู้สึกสำนึกตน ลูกเห็บที่ตกลงมาบนแผ่นดินอียิปต์นั้นไม่ใช่ก้อนน้ำแข็งขนาดเล็ก แต่เป็นก้อนน้ำแข็งขนาดใหญ่และมีความเร็วสูงเช่นกัน

ในปัจจุบันมีรายงานข่าวแจ้งให้ทราบว่าลูกเห็บขนาดใหญ่เท่า

กับลูกกอล์ฟได้สร้างความตื่นตระหนกตกใจให้กับผู้คนมากมาย ลูกเห็บที่ตกลงมาเหนืออียิปต์เป็นการทำงานของพระเจ้าและตกลงมาพร้อมกับไฟ ปรากฏการณ์นั้นเป็นสิ่งที่น่าสะพรึงกลัวอย่างยิ่ง

ภัยพิบัติจากลูกเห็บเกิดขึ้นกับคนอียิปต์เนื่องจากความชั่วร้ายที่ฟาโรห์สะสมเอาไว้ ถ้าเรามีจิตใจที่แข็งกระด้างและดื้อดึง เราก็อาจพบกับภัยพิบัติประเภทนี้ด้วยเช่นกัน

ภัยพิบัติจากฝูงตั๊กแตน

ต้นไม้และพืชพันธัญญาหารจำนวนมากได้รับความเสียหาย สัตว์และผู้คนเสียชีวิตเนื่องจากลูกเห็บ ในที่สุดฟาโรห์ก็ยอมรับถึงความผิดของตน

"ฟาโรห์จึงทรงใช้คนไปเรียกโมเสสและอาโรนมาเฝ้า แล้วตรัสว่า 'ครั้งนี้เราทำบาปแน่แล้ว พระเจ้าเป็นฝ่ายถูก เราและชนชาติของเราผิด" (อพยพ 9:27)

ฟาโรห์กลับใจอย่างรีบเร่งและเรียกร้องให้โมเสสทำให้ลูกเห็บหยุดตก

"ขอท่านทูลวิงวอนพระเจ้าให้เลิกมีฟ้าร้องและลูกเห็บเสียที เราจะปล่อยพวกท่านไป จะไม่กักไว้อีก" (อพยพ 9:28)

โมเสสรู้ว่าฟาโรห์ยังคงไม่เปลี่ยนความคิดของตน แต่เพื่อทำให้ฟาโรห์รู้จักพระเจ้าผู้ทรงพระชนม์อยู่และเพื่อให้รู้ว่าโลกทั้งโลกอยู่ในพระหัตถ์ของพระองค์ โมเสสจึงยกมือของท่านขึ้นร้องทูลต่อพระเจ้า

ทันทีที่ฝน เสียงฟ้าร้อง และลูกเห็บหยุดตกฟาโรห์ก็เปลี่ยนความคิดของท่านเหมือนที่โมเสสคาดเอาไว้ เนื่องจากส่วนลึกแห่ง

จิตใจของฟาโรห์ไม่ได้เปลี่ยนแปลงอย่างแท้จริง จิตใจของท่านจึงแข็งกระด้างอีกครั้งหนึ่งและไม่ยอมปล่อยให้คนอิสราเอลไป บรรดาข้าราชการของฟาโรห์ก็จิตใจแข็งกระด้างด้วยเช่นกัน จากนั้นโมเสสและอาโรนจึงบอกกับคนเหล่านั้นว่าจะมีภัยพิบัติจากฝูงตั๊กแตนเกิดขึ้นตามที่พระเจ้าได้ตรัสไว้พร้อมกับเตือนคนเหล่านั้นว่าภัยพิบัตินี้จะเป็นภัยพิบัติที่รุนแรงที่สุดประการหนึ่งซึ่งไม่เคยมีมาก่อนในโลก

"ฝูงตั๊กแตนนั้นจะมาลงเต็มไปหมดจนแลไม่เห็นพื้นดินและสิ่งที่เหลือจากลูกเห็บทำลายมันจะกินและต้นไม้ทุกต้นซึ่งงอกขึ้นให้เจ้าในทุ่งนานั้นมันจะกินเสียหมด" (อพยพ 10:5)

บรรดาข้าราชการของฟาโรห์เกิดความเกรงกลัวหลังจากที่ภัยพิบัตินี้เกิดขึ้นและทูลกับฟาโรห์ว่า "ขอทรงกรุณาปลดปล่อยคนเหล่านั้นให้ไปนมัสการพระเจ้าของเขาเถิด พระองค์ยังไม่ทราบหรือว่าอียิปต์กำลังพินาศแล้ว"

เมื่อได้ยินคำร้องทูลของพวกข้าราชการของท่านฟาโรห์จึงเรียกให้โมเสสและอาโรนเข้าเฝ้าอีก แต่โมเสสกล่าวว่าท่านต้องพากันไปทั้งคนหนุ่มและคนแก่ ทั้งบุตรชายและบุตรหญิง และทั้งฝูงแพะแกะและฝูงโคเพราะท่านและประชากรของท่านต้องมีพิธีเลี้ยงถวายพระเจ้า ฟาโรห์ตรัสว่าโมเสสและอาโรนเป็นคนชั่วร้ายพร้อมกับขับไล่คนทั้งสองไปให้พ้นจากพระพักตร์ของพระองค์

ในที่สุด พระเจ้าก็ทรงอนุญาตให้เกิดภัยพิบัติจากฝูงตั๊กแตนซึ่งเป็นภัยพิบัติอย่างที่แปดขึ้น

"พระเจ้าจึงตรัสกับโมเสสว่า 'จงเหยียดมือออกเหนือประเทศอียิปต์ให้ฝูงตั๊กแตนลงบนผืนแผ่นดินอียิปต์ให้กินผักทั่วไปทั้งทุ่งซึ่งเหลือจากลูกเห็บทำลาย'" (อพยพ 10:12)

เมื่อโมเสสทำในสิ่งที่พระเจ้าตรัสพระองค์ก็ทรงบันดาลให้ลมตะวันออกพัดมาเหนือพื้นแผ่นดินทั้งกลางวันและกลางคืนตลอดวันนั้น ครั้นเวลารุ่งเช้าลมตะวันออกก็พัดหอบฝูงตั๊กแตนมา

ฝูงตั๊กแตนมีจำนวนมากมายมหาศาลจนทำให้ความมืดมนไปทั่วแผ่นดิน ตั๊กแตนเหล่านั้นกินพืชผักในทุ่งนาและผลไม้ทุกอย่างที่เหลือจากการทำลายของลูกเห็บ ทั่วแผ่นดินอียิปต์ไม่มีพืชใบสีเขียวหลงเหลืออยู่เลย

"ฟาโรห์รีบให้คนไปตามตัวโมเสสและอาโรนเข้าเฝ้าแล้วตรัสว่า 'เราได้ทำบาปต่อพระเจ้าของเจ้าและต่อเจ้าทั้งสองด้วย ขอเจ้ายกโทษบาปให้เราครั้งนี้สักครั้งเถิด จงวิงวอนขอพระเจ้าของเจ้าเพื่อพระองค์จะได้ทรงโปรดให้ความตายนี้พ้นไปจากเรา'" (อพยพ 10:16-17)

เมื่อความกังวลของท่านกลายเป็นความจริงฟาโรห์จึงเรียกให้โมเสสและอาโรนเข้าเฝ้าอย่างเร่งด่วนเพื่อขอร้องท่านทั้งสองให้หยุดภัยพิบัติดังกล่าว

เมื่อโมเสสออกไปและทูลวิงวอนต่อพระเจ้าก็เกิดลมพายุพัดกลับมาจากทิศตะวันตกหอบฝูงตั๊กแตนไปตกในทะเลแดงจนไม่มีตั๊กแตนเหลืออยู่ในแผ่นดินอียิปต์เลยแม้แต่ตัวเดียว แต่ในเวลานี้จิตใจของฟาโรห์ก็กลับแข็งกระด้างอีกครั้งหนึ่งและไม่ยอมปล่อยให้คนอิสราเอลไป

ความหมายฝ่ายวิญญาณภัยพิบัติจากฝูงตั๊กแตน

ตั๊กแตนตัวเดียวเป็นเพียงแมลงขนาดเล็กตัวหนึ่ง แต่เมื่อตั๊กแตนรวมตัวกันเป็นฝูงใหญ่ สิ่งนี้คือความหายนะ อียิปต์เกือบถู

กทำลายจากฝูงตั๊กแตนในชั่วระยะเวลาเพียงไม่กี่นาที

"ฝูงตั๊กแตนลงทั่วแผ่นดินอียิปต์และจับอยู่ทั่วเขตแดนอียิปต์ทั้งหมด แต่ก่อนไม่เคยมีตั๊กแตนฝูงใหญ่อย่างนี้เลยและต่อไปข้างหน้าจะหามีอย่างนั้นอีกไม่ มันปกคลุมพื้นแผ่นดินจนแลมืดไป มันกินผักในทุ่งและผลไม้ทุกอย่างซึ่งเหลือจากลูกเห็บทำลายไม่มีพืชใบเขียวเหลือเลยไม่ว่าต้นไม้หรือผักในทุ่งทั่วแผ่นดินอียิปต์" (อพยพ 10:14-15)

แม้ในปัจจุบันเรายังคงพบฝูงตั๊กแตนขนาดมหึมาเช่นนี้ในอัฟริกาหรืออินเดีย ฝูงตั๊กแตนมีขนาดความกว้างเกือบ 40 กิโลเมตรและความหนาเกือบ 8 กิโลเมตร ฝูงตั๊กแตนจำนวนหลายร้อยล้านตัวเคลื่อนที่เหมือนก้อนเมฆและไม่กินเฉพาะพืชผักแต่ยังกินพืชและใบไม้ทุกชนิด ฝูงตั๊กแตนเหล่านี้ไม่เคยเหลือสิ่งใดที่เป็นสีเขียวเอาไว้เลย

หลังจากภัยพิบัติจากลูกเห็บยังคงมีบางสิ่งบางอย่างหลงเหลืออยู่ ข้าวสาลีและข้าวฟ่างไม่ถูกทำลายเพราะพืชพันธุ์เหล่านี้งอกช้า ดังนั้นบรรดาข้าราชการของฟาโรห์ที่เกรงกลัวพระดำรัสของพระเจ้าจึงให้ทาสและฝูงสัตว์ของตนเข้าไปอยู่ในที่หลบซ่อน คนเหล่านั้นและฝูงสัตว์ของเขาจึงไม่ถูกทำลาย

ตั๊กแตนอาจดูไม่น่ากลัวมากนัก แต่ความเสียหายที่เกิดขึ้นจากภัยพิบัติจากฝูงตั๊กแตนนั้นรุนแรงมากกว่าภัยพิบัติจากลูกเห็บ ตั๊กแตนกินทุกสิ่งที่หลงเหลือจากการทำลายของลูกเห็บ

ด้วยเหตุนี้ ภัยพิบัติจากฝูงตั๊กแตนจึงหมายถึงความหายนะที่เป็นการสูญเสียทรัพย์สินเงินและกรรมสิทธิ์ทุกอย่างที่คนหนึ่งมีอยู่ไปอย่างหมดสิ้นโดยไม่หลงเหลือสิ่งใดไว้เลย ภัยพิบัติประเภทนี้ไม่ได้ทำลายเฉพาะครอบครัวของเขาเท่านั้น แต่ยังทำลาย

ที่ทำงานและธุรกิจของเขาด้วยเช่นกัน

ภัยพิบัติจากลูกเห็บสร้างความเสียหายให้กับเราเพียงบางส่วน แต่ภัยพิบัติจากฝูงตั๊กแตนทำลายทุกสิ่งและพรากเอาเงินทั้งหมดที่ตนมีอยู่ไปจนหมดสิ้น กล่าวคือ คนที่พบกับภัยพิบัติประเภทนี้จะประสบกับความหายนะทางการเงินอย่างราบคาบ

ยกตัวอย่าง การล้มละลายทำให้บุคคลสูญเสียทรัพย์สินทั้งหมดที่ตนมีอยู่และเขาต้องพรากจากคนในครอบครัวของตน บางคนอาจทนทุกข์กับโรคเรื้อรังบางชนิดและสูญเสียทรัพย์สินทั้งหมดที่ตนมีไปกับการรักษา บางคนมีหนี้สินรุงรังเนื่องจากการกระทำผิดของลูกๆ

เมื่อผู้คนพบกับภัยพิบัติอย่างต่อเนื่องบางคนอาจคิดว่าสิ่งที่เกิดขึ้นกับตนเป็นเหตุบังเอิญหรือความโชคร้ายบางอย่าง แต่ในสายพระเนตรของพระเจ้าไม่มีเหตุบังเอิญ เมื่อคนพบกับความสูญเสียหรือป่วยเป็นโรคแสดงว่าต้องมีเหตุผลบางอย่าง

การที่ผู้เชื่อประสบกับภัยพิบัติประเภทนี้หมายถึงอะไร เมื่อผู้เชื่อได้ยินพระคำของพระเจ้าและรู้จักน้ำพระทัยของพระองค์เขาต้องจดจำพระคำนั้นเอาไว้ แต่ถ้าเขาทำชั่วอย่างต่อเนื่องเหมือนคนไม่เชื่อ เขาก็ไม่อาจหลีกเลี่ยงจากภัยพิบัติเหล่านี้ได้

ถ้าผู้เชื่อไม่สำนึกเมื่อพระเจ้าทรงสำแดงให้เขาเห็นถึงหมายสำคัญบางอย่างซ้ำแล้วซ้ำเล่า พระองค์ก็จะทรงหันพระพักตร์ไปจากเขาเสีย จากนั้นโรคภัยไข้เจ็บอาจพัฒนาไปเป็นเหมือนภัยพิบัติที่เกิดกับฝูงสัตว์ หรือภัยพิบัติอื่นๆอาจประทุขึ้นมา ในภายหลังเขาอาจพบภัยพิบัติอย่างลูกเห็บหรือฝูงตั๊กแตน

แต่คนฉลาดจะเข้าใจว่าการที่พระเจ้าทรงทำให้เขาสำนึกถึงความผิดของตนผ่านภัยพิบัติเล็ก ๆ น้อย ๆ ที่เกิดขึ้นกับเขานั้นถื

อเป็นความรักของพระองค์ คนเหล่านี้จะกลับใจอย่างรวดเร็วและจะหลีกเลี่ยงภัยพิบัติที่ร้ายแรงกว่า

มีเรื่องราวชีวิตจริงอยู่เรื่องหนึ่ง ชายคนหนึ่งประสบกับความยากลำบากอย่างมากเนื่องจากเขาเคยทำให้พระเจ้าทรงพระพิโรธ วันหนึ่งเกิดไปไหม้บ้านของเขาทำให้เขามีหนี้สินอยู่มากมาย ภรรยาของเขาไม่อาจทนต่อความกดดันจากเจ้าหนี้ได้และพยายามฆ่าตัวตาย แต่วันหนึ่งเขาเริ่มเรียนรู้จักพระเจ้าและเริ่มเข้าร่วมนมัสการในคริสตจักร

หลังจากครอบครัวนี้ได้รับเอาคำปรึกษาจากข้าพเจ้าทั้งสองก็เริ่มเชื่อฟังพระคำของพระเจ้าด้วยการอธิษฐาน เขาทำให้พระเจ้าพอพระทัยด้วยการอาสาตนให้กับงานของคริสตจักร จากนั้นปัญหาของเขาก็ได้รับการแก้ไขทีละอย่างและเขาไม่ต้องทนทุกข์กับแรงกดดันของเจ้าหนี้อีกต่อไป นอกจากนี้ ทั้งสองคนได้จ่ายหนี้สินทั้งหมดที่ตนมีอยู่ ต่อมาเขาสามารถสร้างอาคารพาณิชย์และซื้อบ้านหลังหนึ่ง

แต่หลังจากที่ปัญหาต่าง ๆ ของเขาได้รับการแก้ไขและได้รับพระพรมากมาย ต่อมาจิตใจของทั้งสองคนกลับเปลี่ยนไป เขาละทิ้งพระคุณของพระเจ้าและกลายเป็นเหมือนคนไม่เชื่ออีกครั้งหนึ่ง

วันหนึ่ง ส่วนหนึ่งของอาคารพาณิชย์ที่สามีเป็นเจ้าของถล่มเนื่องจากน้ำท่วมและทำให้เกิดไฟไหม้ซึ่งทำให้เขาสูญเสียทรัพย์สินเงินทองที่ตนมีอยู่ไป หนี้สินจำนวนมหาศาลพอกพูนขึ้นมาอีกครั้งหนึ่งและทั้งสองต้องเดินทางกลับไปอาศัยอยู่ที่บ้านเกิดของตนในต่างจังหวัด นอกจากนั้น สามียังป่วยเป็นโรคเบาหวานและโรคเรื้อรังอื่น ๆ ที่มาพร้อมกับโรคเบาหวานนี้ด้วยเช่นกัน

เช่นเดียวกัน ถ้าเราสั่นเนื้อประดาตัวหลังจากที่เราพยายาม

ทุกวิถีทางด้วยความรู้และสติปัญญาของเรา เราต้องเข้ามาหาพระเจ้าด้วยจิตใจที่ถ่อมลง เมื่อเราทบทวนตนเองด้วยพระคำของพระเจ้า กลับใจจากบาปของเรา และหันไปเสียจากความชั่วร้าย สิ่งที่มีค่าต่าง ๆ ที่เราเคยมีจะได้รับการรื้อฟื้นขึ้นมาใหม่

ถ้าเรามีความเชื่อที่จะเข้าหาพระเจ้าและมอบทุกสิ่งทุกอย่างไว้ในพระหัตถ์ของพระเจ้า ความรักของพระเจ้าผู้ไม่ทรงหักไม้อ้อที่ช้ำจะทรงยกโทษให้กับเราและทรงรื้อฟื้นเราขึ้นมาใหม่ ถ้าเรากลับใจใหม่และดำเนินชีวิตอยู่ในความสว่าง พระเจ้าจะทรงนำเราไปสู่ความมั่งคั่งอีกครั้งหนึ่งและประทานพระพรที่ยิ่งใหญ่กว่าให้กับเรา

บทที่ 6

ภัยพิบัติจากความมืด
และภัยพิบัติแห่งการมรณกรรมของลูกหัวปี

อพยพ 10:22-12:36

โมเสสจึงชูมือขึ้นสู่ท้องฟ้าแล้วก็เกิดมีความมืดทึบทั่วไปในแผ่นดินอียิปต์ตลอดสามวัน เขามองกันไม่เห็น
ไม่มีใครลุกไปจากที่ของเขาสามวัน ฝ่ายบรรดาชนชาติอิสราเอลนั้นมีแสงสว่างอยู่ในที่อาศัยของเขา (10:22-23)
ในเวลาเที่ยงคืน พระเจ้าทรงประหารบุตรหัวปีทุกคนในประเทศอียิปต์ตั้งแต่พระราชบุตรหัวปีของฟาโรห์ผู้ประทับบนพระที่นั่งจนถึงบุตรหัวปีของเชลยที่อยู่ในคุกมืดทั้งลูกหัวปีของสัตว์เลี้ยงทุกตัว ฟาโรห์กับข้าราชการและชาวอียิปต์ทั้งปวงตื่นขึ้นในตอนกลางคืน มีเสียงร้องไห้คร่ำครวญดังทั่วทั้งอียิปต์เนื่องด้วยไม่มีบ้านใดเลยที่ไม่มีคนตาย (12:29-30)

ในพระคัมภีร์เราเห็นว่าเมื่อผู้คนประสบกับความทุกข์ยากลำบากหลายคนกลับใจต่อพระพักตร์พระเจ้าและได้รับความช่วยเหลือ

พระเจ้าทรงส่งผู้เผยพระวจนะไปยังกษัตริย์เฮเซคียาห์แห่งอาณาจักรยูดาห์ทางตอนใต้และตรัสกับท่านว่า "เจ้าจะต้องตาย เจ้าจะไม่ฟื้น" แต่กษัตริย์เฮเซคียาห์ทรงอธิษฐานร้องไห้คร่ำครวญและท่านก็มีชีวิตยืดยาวออกต่อไปอีก

นีนาเวห์เป็นเมืองหลวงของอัสซีเรียซึ่งเป็นปฏิปักษ์กับอิสราเอล เมื่อประชาชนของเมืองนั้นได้ยินพระคำของพระเจ้าผ่านทางผู้เผยพระวจนะของพระองค์ คนเหล่านั้นก็กลับใจจากบาปของตนอย่างสิ้นเชิงและไม่ถูกทำลาย

ในทำนองเดียวกัน พระเจ้าทรงสำแดงความเมตตาต่อผู้คนที่กลับใจใหม่ พระองค์ทรงเสาะหาผู้คนที่แสวงหาพระคุณของพระเจ้าและทรงมอบพระคุณให้กับเขาเพิ่มมากขึ้น

ฟาโรห์ทนทุกข์กับภัยพิบัติหลายอย่างเนื่องจากความชั่วร้ายของตน แต่ฟาโรห์ไม่ยอมกลับใจจนวาระสุดท้าย ยิ่งจิตใจของท่านแข็งกระด้างมากขึ้นเท่าใด ภัยพิบัติที่เกิดกับท่านก็รุนแรงมากยิ่งขึ้นเท่านั้น

ภัยพิบัติจากความมืด

บางคนพูดว่าถ้าเขาพ่ายแพ้เขาคงมีชีวิตอยู่ไม่ได้ เขาเชื่อมั่นในความแข็งแกร่งของตนเอง ฟาโรห์เป็นคนประเภทนี้ ท่านถือท่านว่าตนเป็นเทพเจ้า เพราะเหตุนี้ฟาโรห์จึงไม่ยอมรับนับถือพระเจ้า

แม้หลังจากที่ฟาโรห์เห็นอียิปต์ทั้งประเทศถูกทำลายแต่ท่านก็ยังไม่ยอมปล่อยให้คนอิสราเอลไป ฟาโรห์กำลังประพฤติตนเสมือนว่าท่านกำลังแข่งขันกับพระเจ้า จากนั้นพระเจ้าทรงอนุญาตให้เกิดภัยพิบัติจากความมืด

"โมเสสจึงชูมือขึ้นสู่ท้องฟ้า แล้วก็เกิดมีความมืดทึบทั่วไปในแผ่นดินอียิปต์ตลอดสามวัน เขามองกันไม่เห็น ไม่มีใครลุกไปจากที่ของเขาสามวัน ฝ่ายบรรดาชนชาติอิสราเอลนั้นมีความแสงสว่างอยู่ในที่อาศัยของเขา" (อพยพ 10:22-23)

ความมืดนั้นหนาทึบมากจนคนเหล่านั้นมองกันไม่เห็น ไม่มีใครลุกออกไปไหนเป็นเวลาถึงสามวัน เราคงไม่สามารถอธิบายถึงความกลัวและความอึดอัดที่คนเหล่านั้นต้องเผชิญในช่วงเวลาสามวันนั้นว่ามีมากเพียงใด

ความมืดอันหนาทึบปกคลุมทั่วอียิปต์และผู้คนต้องอาศัยอยู่ในความมืด แต่ในดินแดนโกเชนลูกหลานของคนอิสราเอลอาศัยอยู่ในความสว่าง

ฟาโรห์เรียกให้โมเสสเข้าเฝ้าและบอกกับโมเสสว่าท่านจะปล่อยให้คนอิสราเอลไป แต่ฟาโรห์บอกโมเสสว่าคนอิสราเอลต้องทิ้งแกะและฝูงโคเอาไว้และเขาสามารถนำเฉพาะผู้หญิงกับเด็กเท่านั้นไปด้วย ที่จริงฟาโรห์เจตนาที่จะกันคนอิสราเอลเอาไว้ แต่โมเสสทูลฟาโรห์ว่าคนอิสราเอลต้องมีสัตว์เป็นเครื่องถวายบูชาและเขาไม่อาจละสัตว์ตัวหนึ่งตัวใดเอาไว้เพราะเขาไม่รู้ว่าสัตว์ตัวไหนที่เขาควรถวายเป็นเครื่องบูชาแด่พระเจ้า

ฟาโรห์รู้สึกเดือดดาลและข่มขู่โมเสสว่า "ไปให้พ้น

ระวังตัวให้ดีเถอะ อย่ามาเห็นหน้าเราอีกเลยเพราะถ้าเราเห็นหน้าเจ้าวันใด เจ้าจะต้องตายวันนั้น”

โมเสสทูลตอบอย่างกล้าหาญว่า “ฝ่าพระบาทตรัสถูกแล้ว ข้าพระบาทจะไม่มาเห็นพระพักตร์ของฝ่าพระบาทอีกเลย” จากนั้นโมเสสก็จากไป

ความหมายฝ่ายวิญญาณของภัยพิบัติจากความมืด

ความหมายฝ่ายวิญญาณของภัยพิบัติจากความมืดคือความมืดฝ่ายวิญญาณและภัยพิบัตินี้พูดถึงภัยพิบัติที่เกิดขึ้นก่อนการเสียชีวิต

ภัยพิบัตินี้เป็นกรณีที่บุคคลป่วยเป็นโรคที่รุนแรงจนไม่มีวันรักษาหายได้ ภัยพิบัตินี้เป็นภัยพิบัติที่เกิดขึ้นกับผู้คนที่ไม่ยอมกลับใจแม้เขาจะสูญเสียทรัพย์สินเงินทองทั้งสิ้นที่มีค่าเท่ากับชีวิตของเขาไปจนหมดสิ้นก็ตาม

การก้าวเข้าไปสู่ธรณีประตูแห่งความตายเป็นเหมือนการยืนอยู่ริมหน้าผาในท่ามกลางความมืดมิดโดยไม่มีทางออกจากสถานการณ์ที่ยากลำบากดังกล่าว ในฝ่ายวิญญาณ เนื่องจากบุคคลได้ทอดทิ้งพระเจ้าและละทิ้งความเชื่อของตนอย่างสิ้นเชิง พระคุณของพระเจ้าจึงพรากไปจากเขาและชีวิตฝ่ายวิญญาณของเขาจึงมาถึงจุดจบ แต่พระเจ้าก็ยังทรงมีพระเมตตาต่อเขาและพระองค์ยังไม่ได้พรากเอาชีวิตของเขาไป

ในกรณีของคนที่ไม่เชื่อ เขาอาจพบกับสถานการณ์แบบนี้เนื่

องจากเขายังไม่ได้ต้อนรับเอาพระเจ้าแม้หลังจากที่เขาประสบกับภัยพิบัตินานาประการก็ตาม ในกรณีของผู้เชื่อ สิ่งนี้เกิดขึ้นเพราะเขาไม่ได้รักษาพระคำของพระเจ้า แต่ได้สะสมความชั่วร้ายของตนเอาไว้มากขึ้น

บ่อยครั้งเราพบว่าผู้คนใช้ทรัพย์สินเงินของตนเองมากมายไปกับการรักษาโรคภัยไข้เจ็บของตน แต่เขากลับได้แต่นั่งรอคอยความตาย คนเหล่านี้คือผู้คนที่พบกับภัยพิบัติจากความมืด

คนเหล่านี้ยังทนทุกข์กับปัญหาของระบบประสาทหลายอย่าง เช่น ความเครียด อาการนอนไม่หลับ และอาการสติฟั่นเฟือน เป็นต้น เขารู้สึกสิ้นหวังกับการดำเนินชีวิตต่อไปในท่ามกลางความยากลำบาก

ถ้าเขาสำนึกตัว กลับใจใหม่ และหันไปเสียจากความชั่วร้ายของตน พระเจ้าจะทรงมีพระเมตตาต่อเขาและจะทรงนำเอาความลำบากยากเข็ญเหล่านั้นไปให้พ้นจากเขา

แต่ในกรณีของฟาโรห์ จิตใจของท่านกลับแข็งกระด้างมากยิ่งขึ้นในการต่อสู้ขัดขืนกับพระเจ้าจนถึงวาระสุดท้าย ในปัจจุบันก็เช่นเดียวกัน คนที่ดื้อรั้นบางคนไม่ยอมเข้าหาพระเจ้าไม่ว่าเขาจะอยู่ในสถานการณ์ที่เลวร้ายเพียงใดก็ตาม เมื่อเขาหรือคนในครอบครัวของเขาป่วยเป็นโรคร้ายแรง สูญเสียทรัพย์สินทองทั้งหมดที่มีอยู่ และมีชีวิตอยู่ในความทุกข์ยากลำเค็ญ คนเหล่านี้ก็ไม่อยากกลับใจต่อพระพักตร์พระเจ้า

ถ้าเราต่อสู้กับพระเจ้าอย่างต่อเนื่องแม้ในท่ามกลางภัยพิบัติมากมาย ในที่สุดภัยพิบัติแห่งความตายก็จะเกิดขึ้นกับเรา

ภัยพิบัติแห่งการมรณกรรมของลูกหัวปี

พระเจ้าทรงอนุญาตให้โมเสสรู้ถึงสิ่งที่จะเกิดต่อไปในหนังสืออพยพ

"เราจะนำภัยพิบัติมาสู่ฟาโรห์และอียิปต์อีกอย่างเดียว หลังจากนั้นเขาจะปล่อยพวกเจ้าไปจากที่นี่ เมื่อให้พวกเจ้าไปคราวนี้เขาจะขับไล่พวกเจ้าออกไปทีเดียว บัดนี้เจ้าจงสั่งให้ประชาชนทั้งปวง ให้ผู้ชายผู้หญิงทุกคนขอเครื่องเงินเครื่องทองจากเพื่อนบ้านของตน" (อพยพ 11:1-2)

แม้โมเสสจะอยู่สถานการณ์ที่อาจถูกฆ่าถ้าท่านกลับไปเข้าเฝ้าฟาโรห์อีกครั้งหนึ่ง แต่ท่านก็ประกาศถึงน้ำพระทัยของพระเจ้าต่อหน้าฟาโรห์

"และพวกลูกหัวปีทั้งหมดในแผ่นดินอียิปต์ตั้งแต่ราชบุตรหัวปีของฟาโรห์ผู้ประทับบนพระที่นั่งจนถึงบุตรหัวปีของทาสหญิงซึ่งโม่แป้ง ทั้งลูกหัวปีของสัตว์เดียรัจฉานด้วยจะต้องตาย แล้วจะมีการพิลาปร้องไห้ทั่วแผ่นดินอียิปต์อย่างที่ไม่เคยมีมาแต่ก่อนและต่อไปภายหน้าก็จะไม่มีอีกเลย" (อพยพ 11:5-6)

ในเวลาประมาณเที่ยงคืนพระเจ้าทรงประหารบุตรหัวปีทั้งสิ้นของอียิปต์ไม่เพียงราชบุตรหัวปีของฟาโรห์เท่านั้นแต่รวมบุตรหัวปีของข้าราชการบุตรหัวปีของทุกคนในอียิปต์และลูกหัวปีของสัตว์ทุกชนิดตามที่พระองค์ตรัสไว้

เสียงพิลาปร่ำให้ดังสนั่นไปทั่วในแผ่นดินอียิปต์เพราะไม่มีบ้านเรือนหลังใดที่ไม่มีคนตาย เนื่องจากจิตใจของฟาโรห์แข็งกระด้างจนถึงวาระสุดท้ายและไม่ยอมหันหลังกลับ ภัยพิบัติแห่งความ

ตายจึงเกิดขึ้นกับคนเหล่านั้น

ความหมายฝ่ายวิญญาณของภัยพิบัติแห่งการมรณกรรมของลูกหัวปี

ภัยพิบัติแห่งการแห่งการมรณกรรมของลูกหัวปีหมายถึงสถานการณ์ที่บุคคลคนหนึ่งหรือคนที่เขารักมากที่สุดซึ่งอาจเป็นลูกของเขาหรือสมาชิกคนหนึ่งคนใดในครอบครัวเสียชีวิตหรืออยู่ในหนทางแห่งความพินาศและไม่ได้รับความรอด

เราพบกรณีเช่นนี้ในพระคัมภีร์ด้วยเช่นกัน ซาอูลผู้เป็นกษัตริย์องค์แรกของอิสราเอลไม่เชื่อฟังพระคำของพระเจ้าที่บัญชาให้ท่านทำลายทุกสิ่งทุกอย่างที่เป็นของคนอามาเลข นอกจากนั้นซาอูลยังแสดงความหยิ่งผยองของท่านออกมาด้วยการถวายเครื่องบูชาแด่พระเจ้าด้วยตนเองซึ่งปุโรหิตเท่านั้นที่ทำหน้าที่ดังกล่าวนี้ได้ ในที่สุดซาอูลก็ถูกพระเจ้าทอดทิ้ง

ในสถานการณ์นี้แทนที่ซาอูลจะสำนึกถึงความผิดบาปของตนและกลับใจใหม่ แต่ท่านกลับพยายามสังหารดาวิดซึ่งเป็นผู้รับใช้ที่สัตย์ซื่อของท่าน เมื่อมีประชาชนจำนวนมากติดตามดาวิด ซาอูลก็เริ่มสะสมความชั่วร้ายเพิ่มมากขึ้นโดยคิดว่าดาวิดจะก่อการกบฏโค่นล้มท่าน

ดังนั้น ซาอูลจึงโยนหอกเพื่อสังหารดาวิดแม้ในขณะที่ดาวิดกำลังเล่นพิณใหญ่ให้กับตน ซาอูลยังส่งดาวิดไปทำสงครามที่ดาวิดไม่มีโอกาสได้รับชัยชนะเช่นกัน ซาอูลส่งทหารของตนไปยังบ้านของดาวิดเพื่อจะสังหารท่าน

นอกจากนี้ ซาอูลได้สังหารบรรดาปุโรหิตของพระเจ้าเพียงเพร

าะคนเหล่านั้นให้ความช่วยเหลือแก่ดาวิด ในที่สุด ซาอูลก็แพ้สงครามและเสียชีวิตอย่างน่าสังเวช ซาอูลปลิดชีวิตของตนด้วยมือของท่านเอง

อีกตัวอย่างหนึ่งได้แก่เรื่องราวของปุโรหิตเอลีและบุตรชายของท่าน เอลีเป็นปุโรหิตของอิสราเอลในสมัยของผู้วินิจฉัยและท่านเป็นแบบอย่างที่ดี แต่โฮฟนีและฟีเนหัสบุตรชายของท่านเป็นคนอันธพาลที่ไม่รู้จักพระเจ้า (1 ซามูเอล 2:12)

เนื่องจากบิดาของเขาเป็นปุโรหิตบุตรชายทั้งสองคนต้องทำหน้าที่ปรนนิบัติพระเจ้าด้วยเช่นกัน แต่เขากลับรังเกียจการถวายเครื่องบูชาแด่พระเจ้า เขาแตะต้องเนื้อที่เป็นเครื่องบูชาแด่พระเจ้าก่อนที่จะมีการถวายสิ่งนั้นให้กับพระเจ้าและยังร่วมหลับนอนกับบรรดาผู้หญิงปรนนิบัติอยู่หน้าประตูเต็นท์นัดพบ

ถ้าบุตรประพฤติตนนอกลู่นอกทาง พ่อแม่ต้องตักเตือนเขาและถ้าบุตรไม่เชื่อฟัง พ่อแม่ต้องใช้มาตรการที่เข้มงวดมากขึ้นเพื่อหยุดการกระทำของเขา สิ่งนี้คือหน้าที่และเป็นความรักที่แท้จริงของพ่อแม่ แต่ปุโรหิตเอลีพูดเพียงแค่ว่า “ทำไมเจ้าจึงกระทำเช่นนั้น...อย่าทำเลย”

บุตรทั้งสองของเอลีไม่หันกลับจากความผิดบาปของตนและคำแช่งสาปจึงลงมาเหนือครอบครัวของเอลี บุตรทั้งสองคนของท่านถูกฆ่าในการทำสงครามกับคนฟีลิสเตีย

เมื่อท่านทราบข่าวนี้ เอลีก็หงายหลังจากที่นั่งที่อยู่ข้างประตูคอของท่านก็หักและท่านสิ้นชีวิต นอกจากนั้นสะใภ้ของเอลีก็ตกใจอย่างรุนแรงในขณะที่เธอกำลังคลอดบุตรและเสียชีวิตในที่สุด

จากตัวอย่างเหล่านี้เราเห็นว่าคำแช่งสาปหรือการเสียชีวิตอย่างน่าสลดใจไม่ได้เกิดขึ้นโดยไม่มีต้นเหตุ

เมื่อบุคคลดำเนินชีวิตในความไม่เชื่อฟังต่อพระคำของพระเจ้า เขาหรือสมาชิกในครอบครัวของเขาอาจเสียชีวิต บางคนกลับตัวกลับใจใหม่หลังจากที่เขาเห็นความตายเช่นนั้น

ถ้าเขาไม่ยอมหันหลังกลับแม้หลังจากที่เขาพบกับภัยพิบัติแห่งการมรณกรรมของบุตรหัวปีเขาก็จะลงไปสู่ความพินาศชั่วนิรันดร์ซึ่งถือเป็นภัยพิบัติที่รุนแรงที่สุด

ในกรณีของฟาโรห์ ท่านยอมรับนับถือพระเจ้าด้วยความกลัวและยอมปล่อยคนอิสราเอลไปหลังจากที่ท่านประสบกับภัยพิบัติประการที่สิบแล้วเท่านั้น

"ฟาโรห์จึงตรัสเรียกโมเสสกับอาโรนให้มาเฝ้าในคืนวันนั้น ตรัสว่า 'เจ้าทั้งสองกับทั้งชนชาติอิสราเอลจงยกออกไปจากประชากรของเราเถิดไปนมัสการพระเจ้าตามที่ได้พูดไว้นั้น เอาฝูงแพะแกะและฝูงโคของเจ้าไปด้วย ตามที่เจ้าได้พูดไว้แล้วไปและอวยพรให้เราด้วย'" (อพยพ 12:31-32)

แม้พบกับภัยพิบัติประการที่สิบฟาโรห์ก็ยังแสดงให้เห็นถึงจิตใจที่แข็งกระด้างของท่านอย่างชัดเจนและท่านถูกกดดันให้ปล่อยคนอิสราเอลไป แต่ในไม่ช้าฟาโรห์ก็รู้สึกเสียใจในสิ่งที่ตนทำลงไป ฟาโรห์จึงเปลี่ยนความคิดและนำกองทัพทั้งสิ้นของท่านพร้อมกับรถรบของอียิปต์ไล่ตามคนอิสราเอลไป

"ฝ่ายฟาโรห์ก็จัดราชรถและนำพลโยธาไปด้วย ท่านเอารถรบอย่างดีหกร้อยคันกับรถรบทั้งหมดในอียิปต์มีทหารประจำอยู่ทุกคัน พระเจ้าทรงให้พระทัยของฟาโรห์กษัตริย์อียิปต์แข็งกระด้างไป ท่

านจึงไล่ตามชนชาติอิสราเอลซึ่งเดินทางไปโดยมีพระหัตถ์ของพระเจ้าคุ้มครอง" (อพยพ 14:6-8)

ถือเป็นสิ่งที่ดีที่ท่านยอมจำนนกับพระเจ้าหลังจากท่านประสบกับการเสียชีวิตของบุตรหัวปีของตน แต่ในไม่ช้าฟาโรห์กลับรู้สึกเสียใจที่ยินยอมให้คนอิสราเอลไป ท่านยกทัพไล่ติดตามคนอิสราเอลไป สิ่งนี้ทำให้เรารู้ว่าจิตใจของมนุษย์นั้นแข็งกระด้างและเต็มไปด้วยเล่ห์เหลี่ยมมากเพียงใด ในที่สุด พระเจ้าก็ไม่ทรงยกโทษให้กับท่านและพระองค์ไม่มีทางเลือกอื่นนอกจากจะทรงยอมให้ฟาโรห์จมน้ำเสียชีวิตในทะเลแดง

"ขณะนั้นพระเจ้าตรัสกับโมเสสว่า 'จงยื่นมือออกไปเหนือทะเลเพื่อให้น้ำทะเลไหลกลับคืนมาท่วมคนอียิปต์ทั้งรถรบและพลม้าของเขา' โมเสสจึงยื่นมือออกไปเหนือทะเล ครั้งรุ่งเช้าทะเลก็กลับไหลดังเก่า คนอียิปต์พากันหนีกระแสน้ำ แต่พระเจ้าทรงสลัดคนอียิปต์ลงกลางทะเล น้ำก็ท่วมพลรถและพลม้า คือพลโยธาทั้งหมดของฟาโรห์ซึ่งไล่ตามเขาเข้าไปในทะเลไม่เหลือสักคนเดียว" (อพยพ 14:26-28)

ในปัจจุบัน คนชั่วร้ายจะพยายามร้องขอโอกาสเมื่อเขาตกอยู่ในสถานการณ์ที่ยากลำบาก แต่เมื่อเขาได้รับโอกาสแล้วเขาก็จะกลับไปสู่ความชั่วร้ายของตนอีก เมื่อความชั่วร้ายดำเนินไปในลักษณะนี้ ในที่สุดเขาก็จะพบกับความตาย

ชีวิตแห่งการไม่เชื่อฟังและชีวิตแห่งการเชื่อฟัง

มีสิ่งที่สำคัญอีกอย่างหนึ่งที่เราต้องทำความเข้าใจอย่างชัดเ

จน นั่นคือ เมื่อเราทำสิ่งที่ไม่ถูกต้องและรู้ตัวเราต้องไม่ทำความชั่วเพิ่มเติม แต่เราต้องเดินอยู่ในหนทางแห่งความชอบธรรม

1 เปโตร 5:8-9 กล่าวว่า "ท่านทั้งหลายจงสงบใจจงระวังระไวให้ดี ด้วยว่าศัตรูของท่านคือมารวนเวียนอยู่รอบ ๆ ดุจสิงห์คำรามเที่ยวไปเสาะหาคนที่มันจะกัดกินได้ จงต่อสู้กับศัตรูนั้นด้วยใจมั่นคงในความเชื่อเพราะว่าพวกพี่น้องทั้งหลายของท่านทั่วโลกก็ประสบความทุกข์ลำบากอย่างเดียวกัน"

1 ยอห์น 5:18 กล่าวเช่นกันว่า "เราทั้งหลายรู้ว่าคนที่เกิดจากพระเจ้าไม่ทำบาป แต่พระบุตรของพระเจ้าได้ทรงคุ้มครองรักษาเขาและมารร้ายไม่แตะต้องเขา"

ด้วยเหตุนี้ ถ้าเราไม่ทำบาป แต่ดำเนินชีวิตตามพระคำของพระเจ้าอย่างครบถ้วน พระเจ้าจะทรงปกป้องคุ้มครองเราด้วยสายพระเนตรที่ลุกโชนของพระองค์เพื่อเราจะไม่วิตกกังวลในเรื่องใดเลย

เรามองเห็นผู้คนมากมายรอบข้างเราประสบกับโรคภัยไข้เจ็บนานาชนิด แต่คนเหล่านั้นไม่เข้าใจด้วยซ้ำว่าเพราะเหตุใดเขาจึงพบกับความทุกข์ยากลำบากเหล่านั้น นอกจากนั้นเรายังเห็นผู้เชื่อบางคนพบกับความทุกข์ลำบากจากปัญหานานาชนิดเช่นกัน

บางคนประสบกับภัยพิบัติจากโลหิต ภัยพิบัติจากกบ ภัยพิบัติจากริ้น หรือภัยพิบัติจากลูกเห็บหรือจากฝูงตั๊กแตน ยังมีอีกหลายคนที่ประสบกับภัยพิบัติแห่งการตายของลูกหัวปีและยิ่งกว่านั้นบางคนยังพบกับภัยพิบัติของการถูกฝังไว้ใต้น้ำ

ด้วยเหตุนี้ เราไม่ควรดำเนินชีวิตอยู่ในการไม่เชื่อฟังเหมือนอย่างฟาโรห์ แต่เราควรดำเนินชีวิตอยู่ในการเชื่อฟังเพื่อเราจะไม่พบกับภัยพิบัติเหล่านี้

แม้เราตกอยู่ในสถานการณ์ที่เราไม่อาจหลีกเลี่ยงภัยพิบัติแห่งการตายของลูกหัวปีหรือภัยพิบัติจากความมืด เราก็สามารถรับการยกโทษได้ถ้าเรากลับใจและหันไปเสียจากความบาปทันที ถ้าเรายังล่าช้าและไม่ยอมหันหลังกลับเวลานั้นก็อาจสายเกินไปที่เราจะกลับใจเมื่อเราต้องเผชิญกับชะตากรรมเดียวกันกับกองทัพอียิปต์ที่ถูกฝังไว้ใต้ท้องทะเลแดง

ชีวิตแห่งการเชื่อฟัง

ถ้าท่านทั้งหลายเชื่อฟังพระสุรเสียงของพระเยโฮวาห์พระเจ้าของท่านและระวังที่จะกระทำตามพระบัญญัติของพระองค์ซึ่งข้าพเจ้าบัญชาท่านในวันนี้ พระเยโฮวาห์พระเจ้าของท่านจะทรงตั้งท่านไว้ให้สูงกว่าบรรดาประชาชาติทั้งหลายทั่วโลก พระพรเหล่านี้จะตามมาทันท่านถ้าท่านทั้งหลายฟัง
พระสุรเสียงของพระเยโฮวาห์พระเจ้าของท่าน
ท่านทั้งหลายจะรับพระพรในเมือง
ท่านทั้งหลายจะรับพระพรในทุ่งนา พงศ์พันธุ์ของตัวท่านเอง
ผลแห่งพื้นดิน
ของท่านและพันธุ์แห่งสัตว์ของท่านจะรับพระพร
คือฝูงวัวของท่านที่เพิ่ม
ขึ้นฝูงแกะของท่านที่เพิ่มลูกขึ้น กระจาดของท่านและรางนวดแป้งของท่านจะรับพระพร ท่านจะรับพระพรเมื่อท่านเข้ามาและท่านจะรับพระพรเมื่อท่านออกไป (เฉลยธรรมบัญญัติ 28:1-6)

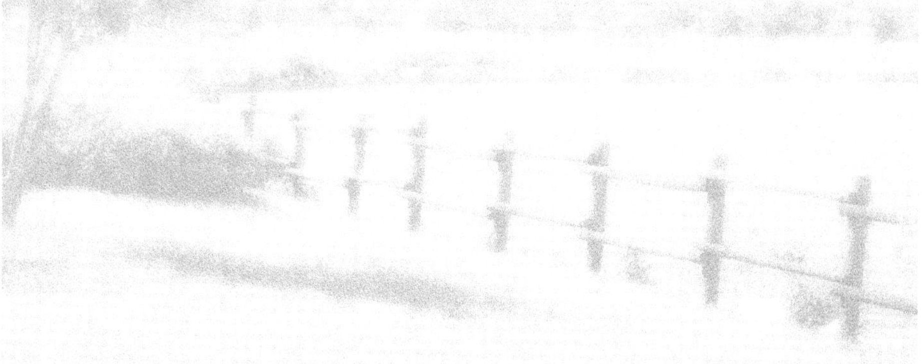

บทที่ 7

พิธีปัสกาและหนทางแห่งความรอด

อพยพ 12:1-28

พระเจ้าตรัสกับโมเสสและอาโรนในประเทศอียิปต์ว่า "ให้เดือนนี้เป็นเดือนเริ่มต้นสำหรับเจ้าทั้งหลาย ให้เป็นเดือนแรกในปีใหม่สำหรับพวกเจ้า จงสั่งชุมนุมคนอิสราเอลว่าในวันที่สิบเดือนนี้ให้ผู้ชายทุกคนเตรียมลูกแกะครอบครัวละตัวตามตระกูลของตน" (1-3)

"จงเก็บไว้ให้ดีถึงวันที่สิบสี่เดือนนี้แล้วในเย็นวันนั้นให้ที่ประชุมของคนอิสราเอลทั้งหมดฆ่าลูกแกะของเขาแล้วเอาเลือดทาที่ไม้วงกบประตูทั้งสองข้างและไม้ข้างบน ณ
เรือนที่เขาเลี้ยงกันนั้นด้วย ในคืนวันนั้นให้เขากินเนื้อปิ้งกับขนมปังไร้เชื้อและผักรสขม เนื้อที่ยังดิบหรือเนื้อต้มอย่ากินเลยแต่จงปิ้งทั้งหัวและขาและเครื่องในด้วย จงกินให้หมดอย่าให้มีเศษเหลือจนถึงเวลาเช้า เศษเหลือถึงเวลาเช้าก็ให้เผาเสีย
เจ้าทั้งหลายจงเลี้ยงกันดังนี้ คือให้คาดเอว สวมรองเท้า และถือไม้เท้าไว้และรีบกินโดยเร็ว การเลี้ยงนี้เป็นปัสกาของพระเจ้า" (6-11)

ณ จุดนี้เราเห็นว่าฟาโรห์และพวกข้าราชการของท่านดำเนินชีวิตอยู่ในการไม่เชื่อฟังต่อพระคำของพระเจ้ามาโดยตลอด

ผลลัพธ์ก็คือในระยะแรกคนเหล่านั้นพบกับภัยพิบัติที่ไม่รุนแรงทั่วแผ่นดินอียิปต์ แต่เมื่อเขาไม่เชื่อฟังอย่างต่อเนื่อง หลายคนจึงทนทุกข์จากโรคร้าย สูญเสียทรัพย์สินเงินทอง และในที่สุดก็เสียชีวิตของตน

ในทางตรงกันข้าม ชนชาติอิสราเอลที่พระเจ้าทรงเลือกสรรกลับไม่พบกับภัยพิบัติใดเลยแม้เขาจะอาศัยอยู่ในประเทศเดียวกัน เมื่อพระเจ้าทรงทำลายชีวิตของคนอียิปต์ด้วยภัยพิบัติอย่างสุดท้ายนั้นคนอิสราเอลไม่ได้เสียชีวิตของตน ทั้งนี้ก็เพราะว่าพระเจ้าได้ทรงอนุญาตให้ประชากรของพระองค์รู้ถึงหนทางแห่งความรอดนั่นเอง

ความจริงข้อนี้ไม่เพียงแต่ประยุกต์ใช้กับคนอิสราเอลเมื่อหลายพันปีก่อนเท่านั้น แต่สิ่งนี้ยังคงประยุกต์ใช้กับชีวิตของเราในปัจจุบันด้วยเช่นกัน

วิธีการหลีกเลี่ยงภัยพิบัติแห่งการมรณกรรมของลูกหัวปี

ก่อนเกิดภัยพิบัติแห่งการมรณกรรมของลูกหัวปีในอียิปต์พระเจ้าได้ตรัสกับคนอิสราเอลเกี่ยวกับวิธีการหลีกเลี่ยงภัยพิบัติดังกล่าวไว้ดังนี้

"จงสั่งชุมนุมคนอิสราเอลว่าในวันที่สิบเดือนนี้ให้ผู้ชายทุกคนเตรียมลูกแกะครอบครัวละตัวตามตระกูลของตน" (อพยพ 12:3)

ตั้งแต่เริ่มเกิดภัยพิบัติจากโลหิตมาจนถึงภัยพิบัติจากความ

มืดพระเจ้าได้ทรงปกป้องคุ้มครองคนอิสราเอลไว้ด้วยฤทธิ์อำนาจของพระองค์แม้คนเหล่านั้นไม่ได้ทำสิ่งใดด้วยตนเองก็ตาม แต่ก่อนที่จะเกิดภัยพิบัติอย่างสุดท้ายพระเจ้าทรงต้องการให้คนอิสราเอลแสดงออกถึงการเชื่อฟังของเขา

คนอิสราเอลต้องเตรียมลูกแกะไว้ตัวหนึ่งและทาที่วงกบประตูทั้งสองข้างและไม้ข้างบนด้วยเลือดแกะพร้อมกับกินเนื้อแกะที่ปิ้งด้วยไฟในบ้านเรือนของตน นี่เป็นเครื่องหมายเพื่อแยกประชากรของพระเจ้าไว้ต่างหากเมื่อพระองค์ทรงสังหารลูกหัวปีของคนและของสัตว์ในอียิปต์

เนื่องจากภัยพิบัติอย่างสุดท้ายได้ผ่านบ้านเรือนที่มีเลือดของแกะทาเอาไว้ ดังนั้นชาวยิวจึงยังคงเฉลิมฉลองวันนี้ในฐานะวันปัสกาซึ่งเป็นวันที่คนเหล่านั้นได้รับการช่วยให้รอด

ในปัจจุบัน ปัสกาถือเป็นเทศกาลที่ยิ่งใหญ่ที่สุดของชาวยิว คนยิวกินเนื้อแกะกับขนมปังไร้เชื้อและผักขมเพื่อเฉลิมฉลองวันนี้ บทที่ 8 จะอธิบายถึงรายละเอียดของเทศกาลนี้เพิ่มมากขึ้น

จงเตรียมลูกแกะ

พระเจ้าตรัสสั่งคนเหล่านั้นให้เตรียมลูกแกะไว้ตัวหนึ่งเพราะในฝ่ายวิญญาณแกะเป็นสัญลักษณ์ของพระเยซูคริสต์

โดยทั่วไปคนที่เชื่อในพระเจ้าจะถูกเรียกว่า “แกะ” ของพระองค์ หลายคนคิดว่า “ลูกแกะ” คือผู้เชื่อใหม่ แต่ในพระคัมภีร์เราพบว่า “ลูกแกะ” หมายถึงพระเยซูคริสต์

ในยอห์น 1:29 ยอห์นผู้ให้รับบัพติศมาชี้ไปยังพระเยซูพร้อมกับกล่าวว่า "จงดูพระเมษโปดก (แกะ) ของพระเจ้าผู้ทรงรับความผิดบาปของโลกไปเสีย" 1 เปโตร 1:18-19 กล่าวว่า "ท่านรู้ว่าพระองค์ได้ทรงไถ่ท่านทั้งหลายออกจากการประพฤติอันหาสาระมิได้ซึ่งท่านได้รับต่อจากบรรพบุรุษของท่าน มิใช่ไถ่ไว้ด้วยสิ่งที่เสื่อมสลายได้เช่นเงินและทอง แต่ทรงไถ่ด้วยพระโลหิตประเสริฐของพระคริสต์ดังเลือดแกะที่ปราศจากตำหนิหรือจุดด่าง"

พระลักษณะและการประพฤติของพระเยซูเตือนให้เราระลึกถึงแกะที่อ่อนสุภาพ มัทธิว 12:19-20 กล่าวเช่นกันว่า "ท่านจะไม่ทะเลาะวิวาทและไม่ร้องเสียงดัง ไม่มีใครจะได้ยินเสียงของท่านตามถนน ไม้อ้อช้ำแล้วท่านจะไม่หัก ไส้ตะเกียงเป็นควันจวนดับแล้วท่านจะไม่ดับกว่าท่านจะได้นำความยุติธรรมให้มีชัยชนะ"

แกะฟังเสียงและติดตามผู้เลี้ยงของตนฉันใด พระเยซูก็ทรงฟังและเชื่อฟังพระสุรเสียงของพระเจ้าด้วยฉันนั้น (วิวรณ์ 3:14) พระเยซูทรงปรารถนาที่จะทำให้น้ำพระทัยของพระเจ้าสำเร็จจนกระทั่งพระองค์ทรงยอมสิ้นพระชนม์บนกางเขน (ลูกา 22:42)

แกะให้ขนที่อ่อนนุ่มรวมทั้งให้นมและเนื้อที่มีคุณค่าทางอาหารสูงแก่เรา เช่นเดียวกันพระเยซูทรงถวายพระองค์เองเป็นเครื่องบูชาไถ่บาปเพื่อทำให้เราคืนดีกับพระเจ้าเมื่อน้ำและพระโลหิตของพระองค์ไหลออกมาบนกางเขน

ดังนั้นพระคัมภีร์หลายตอนจึงเปรียบเทียบพระเยซูกับลูกแกะ เมื่อพระเจ้าทรงกำชับคนอิสราเอลในเรื่องเทศกาลปัสกาพระองค์ทรงบอกให้เขาทราบถึงวิธีการกินแกะไว้โดยละเอียดด้วยเช่นกัน

"ถ้าครอบครัวใดมีคนน้อยกินลูกแกะตัวหนึ่งไม่หมดก็ให้รวมกับเพื่อนบ้านที่อยู่ใกล้เคียงกันเตรียมลูกแกะตัวหนึ่งตามจำนวนคนตามที่เขาจะกินได้กี่มากน้อย ให้นับจำนวนคนที่จะกินลูกแกะนั้น ลูกแกะของเจ้าต้องปราศจากตำหนิ เป็นตัวผู้อายุไม่เกินหนึ่งขวบ เจ้าจงเอามาจากฝูงแกะหรือฝูงแพะ" (อพยพ 12:4-5)

ถ้าเขายากจนเกินกว่าที่จะหาแกะได้หรือถ้าครอบครัวหนึ่งมีคนน้อยจนไม่สามารถกินแกะให้หมดได้ก็ให้เขาเตรียมลูกแกะตัวหนึ่งจากฝูงแกะหรือฝูงแพะและแบ่งปันแกะนั้นกับเพื่อนบ้านที่อยู่ใกล้เคียง จากคำกำชับนี้เราเห็นถึงความรักอันละเอียดอ่อนของพระเจ้าผู้ทรงอุดมไปด้วยความเมตตา

สาเหตุที่พระเจ้าตรัสสั่งให้คนเหล่านั้นเลือกลูกแกะตัวผู้ที่ปราศจากตำหนิอายุไม่เกินหนึ่งขวบก็เพราะว่าเนื้อแกะที่อยู่ในวัยซึ่งยังไม่ได้ผสมพันธุ์จะมีรสชาติอร่อยที่สุด นอกจากนั้นแกะในวัยนี้เป็นแกะหนุ่มที่มีความงดงามและใสสะอาดที่สุดเช่นเดียวกับมนุษย์

เนื่องจากพระเจ้าทรงบริสุทธิ์และปราศจากตำหนิหรือจุดด่างพร้อยพระองค์จึงทรงสั่งให้คนเหล่านั้นเลือกเฉพาะแกะหรือแพะตัวผู้ที่งดงามที่สุดอายุไม่เกินหนึ่งขวบ

จงเอาเลือดทาที่ไม้วงกบประตูและอย่าออกไปข้างนอกจนกว่าจะรุ่งเช้า

พระเจ้าตรัสว่าคนอิสราเอลต้องเตรียมลูกแกะตามจำนวนของสมาชิกในครอบครัวของตน ในอพยพ 12:6 เราพบว่าคนอิสราเอลต้องไม่ฆ่าแกะที่เตรียมไว้ในทันทีแต่เขาต้องเก็บรักษาแกะนั้นไ

ว้เป็นเวลาสี่วันและให้ฆ่าลูกแกะของเขาในเย็นวันนั้น พระเจ้าทร
งให้ช่วงเวลาเพื่อเป็นการเตรียมจิตใจให้พร้อมอย่างเต็มที่

เพราะเหตุใดพระเจ้าจึงตรัสว่าเขาจงฆ่าลูกแกะในตอนเย็น

โดยทั่วไปเราสามารถแบ่งประวัติศาสตร์แห่งการฝัดร่อนมนุษย์ซึ่งเริ่มต้นกับการไม่เชื่อฟังของอาดัมออกเป็นสามช่วง ช่วงแรกมีระยะเวลา 2 พันปี โดยนับจากอาดัมไปจนถึงอับราฮัมและช่วงเวลานี้ถือเป็นขั้นแรกของการฝัดร่อนมนุษย์ ถ้าเปรียบกับช่วงเวลาของวันช่วงแรกนี้อาจเทียบได้กับเวลาเช้า

หลังจากนั้นพระเจ้าทรงแต่งตั้งให้อับราฮัมเป็นบิดาแห่งความเชื่อและจากช่วงเวลาของอับราฮัมไปจนถึงช่วงเวลาที่พระเยซูเสด็จเข้ามาในโลกนับได้อีก 2 พันปี ถ้าเปรียบกับช่วงเวลาของวันช่วงนี้อาจเทียบได้กับเวลากลางวัน

จากช่วงเวลาของพระเยซูมาจนถึงปัจจุบันนับได้อีก 2 พันปี ช่วงเวลานี้เป็นวาระสิ้นสุดของการฝัดร่อนมนุษย์และเป็นเหมือนช่วงเวลาเย็น (1 ยอห์น 2:18 ยูดา 1:18 ฮีบรู 1:2 1 เปโตร 1:5, 20)

ช่วงเวลาที่พระเยซูเสด็จเข้ามาในโลกนี้และทรงไถ่เราให้พ้นจากความผิดบาปของเราผ่านการสิ้นพระชนม์บนไม้กางเขนเป็นช่วงเวลาสุดท้ายของการฝัดร่อนมนุษย์ เพราะเหตุนี้พระเจ้าจึงทรงกำชับให้คนเหล่านั้นฆ่าแกะของตนในตอนเย็น

จากนั้นคนอิสราเอลต้องเอาเลือดทาที่ไม้วงกบประตูทั้งสองข้างและไม้ข้างบน (อพยพ 12:7) ในฝ่ายวิญญาณเลือดของแกะหม

ายถึงพระโลหิตของพระเยซูคริสต์ พระเจ้าทรงสั่งให้เขาเอาเลือดทาที่ไม้วงกบประตูทั้งสองข้างและไม้ข้างบนก็เพราะเราได้รับความรอดโดยพระโลหิตของพระเยซู พระเยซูทรงไถ่เราให้พ้นจากบาปและช่วยเราให้รอดด้วยการหลั่งพระโลหิตและสิ้นพระชนม์บนกางเขน นี่คือความหมายฝ่ายวิญญาณของการใช้เลือดทาที่ไม้วงกบประตูทั้งสองข้างและไม้ข้างบน

เนื่องจากเลือดเป็นโลหิตที่บริสุทธิ์ซึ่งไถ่เราให้พ้นจากบาป ดังนั้นคนอิสราเอลจึงไม่ควรทาเลือดดังกล่าวที่ธรณีประตูซึ่งผู้คนเดินข้ามไปมาแต่ให้ทาเฉพาะที่ไม้วงกบประตูทั้งสองข้างและไม้ข้างบนเท่านั้น

พระเยซูตรัสว่า "เราเป็นประตู ถ้าผู้ใดเข้าไปทางเราผู้นั้นก็จะรอด เขาจะเข้าออกแล้วก็จะพบอาหาร" (ยอห์น 10:9) ตามที่พระคัมภีร์ระบุไปแล้วว่าในคืนของภัยพิบัติแห่งการมรณกรรมของลูกหัวปีนั้นบ้านหลังใดที่ไม่มีเลือดทาอยู่ที่ไม้วงกบประตูความตายก็เกิดขึ้นบ้านหลังนั้น แต่บ้านเรือนที่มีเลือดทาอยู่ที่ไม้วงกบประตูก็รอดพ้นจากความตาย

อย่างไรก็ตาม ถึงแม้คนเหล่านั้นใช้เลือดทาไว้ที่ไม้วงกบประตูแต่ถ้าเขาออกไปนอกประตูบ้านเขาก็จะไม่รอดพ้นจากความตาย (อพยพ 12:22) ถ้าคนอิสราเอลออกไปนอกประตูบ้านก็หมายความว่าเขาอยู่นอกพันธสัญญาของพระเจ้าและเขาต้องพบกับภัยพิบัติแห่งการมรณกรรมของลูกหัวปี

ในฝ่ายวิญญาณ ภายนอกประตูบ้านเป็นสัญลักษณ์ของความมืดที่ไม่มีส่วนเกี่ยวข้องกับพระเจ้า

ภายนอกประตูคือโลกแห่งความเท็จ ในทำนองเดียวกัน ในปัจจุบันแม้เราได้ต้อนรับเอาองค์พระผู้เป็นเจ้า เราก็จะไม่รอดถ้าเราละทิ้งพระองค์

จงปิ้งแกะและกินแกะให้หมด

ในครัวเรือนของคนอียิปต์มีการเสียชีวิตมากมายและมีเสียงพิลาปร่ำไห้กันอยู่ทั่วไป ในท่ามกลางความเงียบสงบของยามค่ำคืนเสียงพิลาปร่ำไห้เริ่มดังออกมาจากครอบครัวของฟาโรห์ที่ไม่ยำเกรงพระเจ้าแม้หลังจากที่ท่านเห็นการทำงานอันอัศจรรย์ของพระเจ้าหลายต่อหลายครั้ง

แต่คนอิสราเอลไม่ได้ออกไปนอกประตูบ้านจนกระทั่งรุ่งเช้า คนเหล่านั้นกินเนื้อแกะตามพระคำของพระเจ้าตลอดทั้งคืน อะไรคือเหตุผลที่คนเหล่านั้นต้องกินเนื้อแกะตลอดทั้งคืน สิ่งนี้มีความหมายฝ่ายวิญญาณอันลึกซึ้งซุกซ่อนอยู่

ก่อนที่อาดัมจะกินผลไม้จากต้นไม้แห่งการสำนึกในความดีและความชั่วท่านดำเนินชีวิตอยู่ภายใต้การควบคุมของพระเจ้าผู้ทรงเป็นความสว่าง แต่หลังจากที่อาดัมไม่เชื่อฟังและกินผลไม้จากต้นไม้นั้นท่านจึงกลายเป็นทาสของบาป เพราะเหตุนี้มนุษยชาติซึ่งเป็นลูกหลานทั้งสิ้นของอาดัมจึงตกอยู่ภายใต้การควบคุมของซาตานผู้ครอบครองความมืด ดังนั้นโลกใบนี้จึงเป็นของความมืดหรือเป็นเวลากลางคืน

คนอิสราเอลกินเนื้อแกะตลอดทั้งคืนฉันใด เราผู้มีชีวิตฝ่ายวิญญาณที่อาศัยอยู่ในโลกแห่งความมืดใบนี้ก็กินเนื้อของบุตรม

นุษย์ซึ่งได้แก่พระคำของพระเจ้าผู้ทรงเป็นความสว่างและดื่มเลือดของพระองค์ด้วยฉันนั้นเพื่อเราจะได้รับความรอด พระเจ้าทรงสั่งให้คนอิสราเอลรู้ถึงวิธีการกินเนื้อแกะโดยละเอียด เขาต้องกินเนื้อแกะพร้อมกับขนมปังไร้เชื้อและผักขม (อพยพ 12:8)

เชื้อหรือแป้งฟูเป็นเชื้อราชนิดหนึ่งที่ทำให้ขนมปังขยายตัวและมักใช้หมักอาหารเพื่อทำให้มีรสชาตินุ่มนวลและอร่อยมากขึ้น ขนมปังไร้เชื้อจึงอร่อยน้อยกว่าขนมปังที่มีเชื้อ

เนื่องจากขณะนั้นเป็นช่วงที่สถานการณ์ล่อแหลมที่เกี่ยวกับความเป็นหรือความตายพระเจ้าจึงทรงให้คนเหล่านั้นกินเนื้อแกะกับขนมปังไร้เชื้อที่ไม่ค่อยอร่อยพร้อมกับผักขมเพื่อให้เขาจดจำวันนั้นได้

นอกจากนั้น ในแง่วิญญาณจิตเชื้อราหรือแป้งฟูยังหมายถึงความบาปและความชั่วร้ายเช่นกัน ด้วยเหตุนี้ "การกินขนมปังไร้เชื้อ" จึงเป็นสัญลักษณ์บ่งบอกให้เราทราบว่าเราต้องกำจัดความผิดบาปและความชั่วร้ายทิ้งไปเพื่อเราจะได้รับความรอดของชีวิต

พระเจ้าทรงบอกให้คนเหล่านั้นปิ้งเนื้อแกะด้วยไฟโดยไม่ให้ต้มด้วยน้ำหรือไม่ให้กินเนื้อดิบและเขาต้องกินแกะนั้นให้หมดซึ่งรวมถึงหัว ขา และเครื่องใน (อพยพ 12:9)

การ "กินเนื้อดิบ" ในที่นี้หมายถึงการตีความหมายพระคำของพระเจ้าแบบตามตัวอักษร

ยกตัวอย่าง มัทธิว 6:6 กล่าวว่า "ฝ่ายท่านเมื่ออธิษฐานจงเข้าในห้องชั้นในและเมื่อปิดประตูแล้วจงอธิษฐานต่อพระบิดาของท่

านผู้ทรงสถิตในที่ลี้ลับและพระบิดาของท่านผู้ทรงเห็นในที่ลี้ลับจะทรงโปรดประทานบำเหน็จแก่ท่าน” ถ้าเราตีความหมายพระคัมภีร์ข้อนี้แบบตามตัวอักษรเราก็จำเป็นต้องเข้าไปอยู่ในห้องชั้นใน ปิดประตู และอธิษฐาน แต่ไม่มีที่ใดในพระคัมภีร์ที่เราพบว่าคนของพระเจ้าปิดประตูอธิษฐานอยู่ในห้องชั้นใน

ในฝ่ายวิญญาณ “การเข้าไปในห้องชั้นในและอธิษฐาน” หมายความว่าเราต้องไม่อธิษฐานด้วยความคิดล่องลอยแต่ต้องอธิษฐานอย่างสุดจิตสุดใจของเรา

ในเรื่องอาหารการกินถ้ากินเนื้อดิบเราอาจติดเชื้อโรคจากพยาธิหรืออาจมีอาการปวดท้อง ถ้าเราตีความพระคำของพระเจ้าแบบตามตัวอักษรเราก็จะเข้าใจพระคำของพระเจ้าผิดและจะนำไปสู่ปัญหามากมาย การเข้าใจพระคำของพระเจ้าผิดจะทำให้เราไม่มีความเชื่อฝ่ายวิญญาณ ดังนั้นการกระทำเช่นนี้จึงทำให้เราเหินห่างไปจากความรอดมากขึ้น

“การต้มด้วยน้ำ” ในที่นี้หมายถึง “การเพิ่มเติมหลักปรัชญา หลักวิทยาศาสตร์ หลักการแพทย์ หรือความคิดของมนุษย์เข้าไปในพระคำของพระเจ้า” ถ้าเราต้มเนื้อไว้ในน้ำ น้ำจากเนื้อเยื่อในเนื้อสัตว์ก็จะทะลักออกมาและทำให้เกิดการสูญเสียคุณค่าทางโภชนาการที่สำคัญไป ในทำนองเดียวกัน ถ้าเราเพิ่มเติมความรู้ของฝ่ายโลกนี้เข้าไปในพระคำแห่งความจริง เราก็อาจมีความเชื่อที่เป็นเพียงความรู้แต่ไม่ใช่ความเชื่อฝ่ายวิญญาณ ความเชื่อที่เป็นเพียงความรู้ไม่อาจนำเราไปถึงความรอดได้

การปิ้งเนื้อแกะด้วยไฟหมายถึงอะไร

คำว่า "ไฟ" ในที่นี้เป็นสัญลักษณ์ของ "ไฟแห่งพระวิญญาณบริสุทธิ์" กล่าวคือ พระคำของพระเจ้าถูกเขียนขึ้นด้วยการดลใจของพระวิญญาณบริสุทธิ์ ด้วยเหตุนี้ เมื่อเราได้ยินพระคำเราต้องประพฤติตามพระคำนั้นด้วยการเต็มล้นและการดลใจของพระวิญญาณบริสุทธิ์ ไม่เช่นนั้นพระคำที่เราได้ยินก็จะเป็นเพียงความรู้แขนงหนึ่งและพระคำนั้นก็ไม่สามารถเป็นอาหารฝ่ายวิญญาณสำหรับเรา

การที่เราจะกินพระคำของพระเจ้าที่ปิ้งด้วยไฟนั้นเราต้องมีใจร้อนรนในการอธิษฐาน การอธิษฐานเป็นเหมือนน้ำมันและเป็นแหล่งแห่งความไพบูลย์ของพระวิญญาณบริสุทธิ์ เมื่อเรารับเอาพระคำของพระเจ้าด้วยการดลใจของพระวิญญาณบริสุทธิ์ พระคำก็จะมีรสหวานยิ่งกว่าน้ำผึ้ง นั่นหมายความว่าเรารับฟังพระคำด้วยจิตใจที่หิวกระหายเหมือนกวางที่กระหายน้ำ ดังนั้นเราจึงรู้สึกว่าช่วงเวลาที่เรารับฟังพระคำของพระเจ้านั้นเป็นช่วงเวลาที่มีคุณค่าอย่างยิ่งและเราจะไม่มีวันรู้สึกว่าพระคำเป็นสิ่งที่น่าเบื่อหน่าย

เมื่อเราฟังพระคำของพระเจ้า ถ้าเราใช้ความคิดของมนุษย์หรือประสบการณ์และความรู้ของเราเอง เราอาจไม่เข้าใจหลายสิ่งหลายอย่างในพระคัมภีร์

ยกตัวอย่าง พระเจ้าตรัสกับเราว่าถ้าผู้ใดตบแก้มขวาของท่านก็จงหันแก้มซ้ายให้เขาด้วย ถ้าผู้ใดอยากได้เสื้อของท่านก็จงให้เสื้อคลุมแก่เขาด้วย และถ้าผู้ใดเกณฑ์ท่านให้เดินทางไปหนึ่งกิโล

เมตรก็ให้เดินเลยไปกับเขาถึงสองกิโลเมตร นอกจากนั้น หลายคิดว่าการแก้แค้นเป็นสิ่งที่ถูกต้อง แต่พระเจ้าทรงบอกเรารักศัตรูของเรา ถ่อมใจลง และรับใช้คนอื่น (มัทธิว 5:39-44)

เพราะเหตุนี้เราจำเป็นต้องทุบทำลายความคิดของเราและรับเอาพระคำของพระเจ้าด้วยการดลใจของพระวิญญาณบริสุทธิ์เท่านั้น เมื่อเราทำเช่นนี้พระคำของพระเจ้าจะกลายเป็นชีวิตและกำลังของเราซึ่งจะช่วยให้เราสามารถกำจัดความเท็จทิ้งไปและนำเราไปสู่หนทางแห่งชีวิตนิรันดร์

โดยทั่วไปถ้าเราปิ้งเนื้อด้วยไฟจะทำให้เนื้อมีรสชาติดีกว่าและเป็นวิธีการที่ดีของการป้องกันเชื้อโรค ในทำนองเดียวกัน ผีมารซาตานไม่สามารถกระทำการในผู้คนที่ "กิน" พระคำของพระเจ้าในฝ่ายวิญญาณด้วยความรู้สึกว่าพระคำนั้นหวานกว่าน้ำผึ้ง

นอกจากนี้ พระเจ้าทรงบอกให้คนอิสราเอลกินหัว ขา และเครื่องในของแกะด้วย สิ่งนี้หมายความว่าเราต้อง "กิน" พระคำของพระเจ้าทั้ง 66 เล่มของพระคัมภีร์โดยไม่ละเลยเล่มหนึ่งเล่มใด

พระคัมภีร์บันทึกเรื่องราวของการทรงสร้างและการจัดเตรียมในเรื่องการฝัดร่อนมนุษย์ของพระเจ้า ยิ่งกว่านั้น พระคัมภีร์ยังบอกถึงแนวทางที่จะเป็นบุตรที่แท้จริงของพระเจ้าอีกด้วย พระคัมภีร์ระบุถึงการจัดเตรียมในเรื่องความรอดซึ่งถูกปิดซ่อนไว้ตั้งแต่ก่อนปฐมกาล พระคัมภีร์บรรจุเอาน้ำพระทัยของพระเจ้าเอาไว้

ด้วยเหตุนี้ "การกินหัว ขา และเครื่องในของแกะ"

จึงหมายความว่าเราต้อง "กิน" พระคัมภีร์ทั้งเล่มจากหนังสือปฐมกาลถึงหนังสือวิวรณ์

อย่าให้มีเศษเหลือจนถึงเวลารุ่งเช้า จงรีบกินโดยเร็ว

คนอิสราเอลต้องกินเนื้อแกะที่ปิ้งด้วยไฟภายในบ้านของตนและเขาต้องไม่ให้มีเศษเหลือจนถึงรุ่งเช้าเพราะอพยพ 12:10 กล่าวว่า "จงกินให้หมดอย่าให้มีเศษเหลือจนถึงเวลาเช้า เศษเหลือถึงเวลาเช้าก็ให้เผาเสีย"

"รุ่งเช้า" คือช่วงเวลาที่ความมืดอันตรธานหายไปและความสว่างส่องเข้ามา ในฝ่ายวิญญาณ "รุ่งเช้า" หมายถึงช่วงเวลาแห่งการเสด็จกลับมาขององค์พระผู้เป็นเจ้า หลังจากพระองค์เสด็จกลับมาเราก็ไม่สามารถจัดเตรียมน้ำมันของเราได้อีก (มัทธิว 25:1-13) ดังนั้นเราจึงต้องศึกษาพระคำของพระเจ้าและประพฤติตามพระคำนั้นอย่างขยันหมั่นเพียรก่อนที่พระเยซูองค์พระผู้เป็นเจ้าจะเสด็จกลับมา

นอกจากนั้น มนุษย์มีชีวิตอยู่ได้โดยเฉลี่ยประมาณ 70 หรือ 80 ปีและเราไม่รู้ว่าเราจะเสียชีวิตลงเมื่อใด ด้วยเหตุนี้ เราต้อง "กิน" พระคำของพระเจ้าอย่างเอาจริงเอาจังอยู่ตลอดเวลา

ชนชาติอิสราเอลต้องออกจากอียิปต์หลังจากภัยพิบัติแห่งการมรณกรรมของลูกหัวปีอุบัติขึ้น เพราะเหตุนี้พระเจ้าจึงทรงบอกให้คนเหล่านั้นรีบกินอย่างรวดเร็ว

"เจ้าทั้งหลายจงเลี้ยงกันดังนี้ คือให้คาดเอว สวมรองเท้า และถือไม้เท้าไว้และรีบกินโดยเร็ว การเลี้ยงนี้เป็นปัสกาของพระเ

จ้า" (อพยพ 12:11)

สิ่งนี้หมายความว่าคนเหล่านั้นต้องพร้อมที่จะออกเดินทางด้วยการสวมใส่เสื้อผ้าและรองเท้าเอาไว้ตลอดเวลา การคาดเอวและการสวมรองเท้าหมายความว่าคนเหล่านั้นต้องพร้อมอย่างเต็มที่

การที่เราจะได้รับความรอดโดยทางพระเยซูคริสต์ในโลกนี้ (ซึ่งมีลักษณะเหมือนอียิปต์ที่ถูกรุมเร้าด้วยความทุกข์ทรมาน) และเข้าสู่แผ่นดินสวรรค์ (ซึ่งเป็นเหมือนคานาอันแผ่นดินแห่งพันธสัญญา) เราต้องตื่นตัวและพรั่งพร้อมอยู่ตลอดเวลาเช่นกัน

นอกจากนั้น พระเจ้าทรงบอกให้เขาถือไม้เท้าเอาไว้และในฝ่ายวิญญาณ "ไม้เท้า" เป็นสัญลักษณ์ของความเชื่อ เมื่อเราเดินหรือไต่ขึ้นไปตามภูเขา ถ้าเรามีไม้เท้าเราก็จะมีความปลอดภัยและมีความสะดวกมากขึ้นและเราจะไม่สะดุดล้มลง

สาเหตุที่พระเจ้าทรงมอบไม้เท้าให้กับโมเสสก็เพราะว่าโมเสสยังไม่ได้รับพระวิญญาณบริสุทธิ์ในจิตใจของท่าน พระเจ้าประทานไม้เท้าให้กับโมเสสซึ่งในฝ่ายวิญญาณหมายถึงความเชื่อ ด้วยวิธีการนี้คนอิสราเอลจึงมีประสบการณ์เกี่ยวกับฤทธิ์อำนาจของพระเจ้าผ่านไม้เท้าเชื่อว่าที่ปรากฏอยู่ต่อหน้าเขาและภารกิจของการอพยพออกจากอียิปต์จึงบรรลุสู่ความสำเร็จ

ในปัจจุบันก็เช่นเดียวกัน การที่เราจะเข้าสู่แผ่นดินสวรรค์ได้นั้นเราต้องมีความเชื่อฝ่ายวิญญาณ เราจะไปถึงความรอดได้ก็ต่อเมื่อเราเชื่อในพระเยซูคริสต์องค์พระผู้เป็นเจ้าผู้ทรงสิ้นพระชนม์บนไม้กางเขนโดยที่พระองค์ไม่มีบาปและทรงเป็นขึ้นมาจากความตาย เราจะบรรลุถึงความรอดอย่างสมบูรณ์ได้ก็ต่อเมื่อเราป

ระพฤติตามพระคำของพระเจ้าด้วยการกินเนื้อและดื่มโลหิตขององค์พระผู้เป็นเจ้า

ยิ่งกว่านั้น บัดนี้เป็นเวลาที่ใกล้ต่อการเสด็จกลับมาขององค์พระผู้เป็นเจ้า ดังนั้นเราต้องเชื่อฟังพระคำของพระเจ้าและอธิษฐานอย่างร้อนรนเพื่อเราจะสามารถมีชัยชนะในการต่อสู้กับพลังอำนาจของความมืดอยู่เสมอ

"เหตุฉะนั้น จงรับยุทธภัณฑ์ทั้งชุดของพระเจ้าไว้เพื่อท่านจะได้ต่อต้านในวันอันชั่วร้ายนั้นและเมื่อเสร็จแล้วจะอยู่อย่างมั่นคงได้ เหตุฉะนั้นท่านจงมั่นคง เอาความจริงคาดเอว เอาความชอบธรรมเป็นทับทรวงเครื่องป้องกันอกและเอาข่าวประเสริฐแห่งสันติสุขซึ่งเป็นเหตุให้เกิดความพรั่งพร้อมมาสวมเป็นรองเท้า และพร้อมกับสิ่งทั้งหมดนี้จงเอาความเชื่อเป็นโล่ ด้วยโล่นั้นท่านจะได้ดับลูกศรเพลิงของพญามารเสีย จงเอาความรอดเป็นหมวกเหล็กป้องกันศีรษะและจงถือพระแสงของพระวิญญาณคือพระวจนะของพระเจ้า" (เอเฟซัส 6:13-17)

บทที่ 8

พิธีสุหนัตและพิธีศีลมหาสนิท

อพยพ 12:43-51

พระเจ้าตรัสกับโมเสสและอาโรนว่า "ระเบียบพิธีปัสกาเป็นดังนี้ คืออย่าให้คนต่างชาติกินเลย" (43)
แต่ผู้ใดที่ยังมิได้เข้าสุหนัตอย่าให้เข้าร่วมกินเลี้ยงในพิธีปัสกานั้นเลย (48)
"บทบัญญัติสำหรับคนเกิดในเมืองและคนต่างด้าวซึ่งอาศัยอยู่ด้วยกันกับเจ้าทั้งหลายจะต้องเป็นอันเดียวกัน" (49)
วันนั้นแหละพระเจ้าทรงนำชนชาติอิสราเอลออกจากประเทศอียิปต์แยกเป็นกระบวนพลโยธา (51)

การฉลองงานเลี้ยงปัสกาถือเป็นเทศกาลที่มีการถือรักษาอย่างต่อเนื่องมาเป็นเวลาที่ยาวนานที่สุดในโลกมากว่า 3,500 ปี เทศกาลนี้คือรากฐานของการก่อตั้งประเทศอิสราเอล

ปัสกา (หรือ Passover ในภาษาอังกฤษและ Pesach ในภาษาฮีบรู) หมายถึงการผ่านเลยไปหรือการยกโทษให้กับบางสิ่งบางอย่าง คำนี้หมายความว่าเงาแห่งความมืดได้ผ่านเลยบ้านเรือนของคนอิสราเอลที่มีเลือดแกะทาอยู่ที่ไม้วงกบประตูทั้งสองข้างและไม้ข้างบนไปเมื่อครั้งที่ภัยพิบัติแห่งการมรณกรรมของลูกหัวปีมาเหนืออียิปต์

ในปัจจุบันในประเทศอิสราเอลผู้คนที่นั่นจะทำความสะอาดบ้านเรือนและกำจัดขนมปังที่มีเชื้อทิ้งไปจากบ้านเรือนของตนในเทศกาลปัสกา แม้แต่เด็ก ๆ ก็ใช้ไฟฉายค้นดูใต้เตียงนอนหรือด้านหลังเครื่องเฟอร์นิเจอร์ในบ้านของตนว่ามีขนมขบเคี้ยวหรือขนมปังที่มีส่วนผสมของเชื้ออยู่ในที่เหล่านั้นหรือไม่เพื่อเขาจะกำจัดสิ่งเหล่านั้นทิ้งไป นอกจากนั้น แต่ละครอบครัวจะกินดื่มตามระเบียบพิธีปัสกา หัวหน้าครอบครัวจะเป็นผู้ประกอบพิธีเพื่อนำทุกคนให้ระลึกถึงที่มาของงานเลี้ยงปัสกาและทั้งครอบครัวจะร่วมกันฉลองเหตุการณ์อพยพ

"ทำไมคืนนี้เราจึงกินขนมปังไร้เชื้อ (Matzo)"
"ทำไมคืนนี้เราจึงกินผักขม (Maror)"
"ทำไมเราจึงกินผักชีฝรั่งหลังจากจิ้มลงไปในน้ำเกลือสองครั้ง ทำไมเราจึงกินผักขมกับแยมสีแดง (Harosheth) ซึ่งเป็นสั

ญลักษณ์ของการเผาอิฐแดงในอียิปต์”

“ทำไมเราจึงเอนกายและกินปัสกา”

ผู้ประกอบพิธีจะอธิบายว่าเขาต้องกินขนมปังไร้เชื้อเพราะเขาต้องรีบเดินทางออกจากอียิปต์ สาเหตุที่เขาต้องกินผักขมว่าเพื่อระลึกถึงความทุกข์ทรมานของการเป็นทาสในอียิปต์ และสาเหตุที่เขาต้องกินผักชีฝรั่งจิ้มน้ำเกลือก็เพื่อระลึกถึงน้ำตาหลั่งไหลออกมาในขณะที่อยู่ในอียิปต์

แต่บัดนี้ในเมื่อบรรพบุรุษของคนเหล่านั้นได้รับอิสระจากการตกเป็นทาสแล้ว ดังนั้นเขาจึงเอนกายลงกินอาหารเพื่อแสดงถึงเสรีภาพและความชื่นชมยินดีที่เขาสามารถเอนกายกินอาหาร เมื่อผู้นำครอบครัวพูดถึงเรื่องราวของภัยพิบัติสิบประการในอียิปต์ สมาชิกครอบครัวแต่ละคนจะอมเหล้าองุ่นไว้ในปากของตน เมื่อมีการเอ่ยชื่อของภัยพิบัติและจากนั้นแต่ละคนจะถ่มเหล้าองุ่นนั้นลงไปในถ้วยอีกใบหนึ่ง

แม้พิธีปัสกาได้เริ่มต้นขึ้นเมื่อ 3,500 ปีที่แล้ว แต่เด็ก ๆ ในปัจจุบันยังสามารถมีประสบการณ์กับการอพยพผ่านทางการกินอาหารปัสกา ชาวยิวยังคงจัดงานเลี้ยงปัสกาซึ่งพระเจ้าได้ทรงสถาปนาไว้เมื่อหลายปีก่อน

นี่คือที่มาของพลังอำนาจของชาวยิวซึ่งกระจัดกระจายออกไปอยู่ทั่วโลกที่กลับมาเพื่อร่วมกันสร้างประเทศขึ้นใหม่หรือที่เรียกว่าพลังอำนาจของ Diaspora

คุณสมบัติของผู้ร่วมในพิธีปัสกา

ในคืนที่ภัยพิบัติแห่งการมรณกรรมของลูกหัวปีมาเหนืออียิปต์นั้น คนอิสราเอลรอดพ้นจากความตายด้วยการเชื่อฟังพระคำของพระเจ้า แต่การที่คนเหล่านั้นจะเข้าร่วมในพิธีปัสกาเขาต้องมีคุณสมบัติตามเงื่อนไขที่กำหนดไว้

"พระเจ้าตรัสกับโมเสสและอาโรนว่า 'ระเบียบพิธีปัสกาเป็นดังนี้ คืออย่าให้คนต่างชาติกินเลย ส่วนทาสซึ่งนายเอาเงินซื้อมาเมื่อให้ทาสนั้นเข้าสุหนัตแล้วจึงให้เขากินได้ ส่วนแขกหรือลูกจ้างอย่าให้กินเลย ให้กินปัสกาแต่ในบ้าน อย่าเอาเนื้อไปนอกบ้านและอย่าหักกระดูกของมันเลย ให้ชุมนุมคนอิสราเอลทั้งปวงถือและปฏิบัติตามพิธีนี้ เมื่อมีคนต่างด้าวมาอาศัยอยู่กับเจ้าและใคร่จะถือปัสกาถวายพระเจ้า ก็ให้ชายพวกนั้นเข้าสุหนัตเสียก่อนทุกคนแล้วจึงให้เขามาใกล้และถือพิธีนั้นได้ เขาจึงจะเป็นเหมือนคนเกิดในแผ่นดินนั้น แต่ผู้ใดที่ยังมิได้เข้าสุหนัตอย่าให้เข้าร่วมกินเลี้ยงในพิธีปัสกานี้นเลย บทบัญญัติสำหรับคนเกิดในเมืองและคนต่างด้าวซึ่งอาศัยอยู่ด้วยกันกับเจ้าทั้งหลายจะต้องเป็นอันเดียวกัน" (อพยพ 12:43-49)

คนที่เข้าสุหนัตแล้วเท่านั้นที่สามารถเข้าร่วมในการกินปัสกาเพราะการเข้าสุหนัตเป็นสิ่งที่มีความสำคัญสำหรับชีวิตและในฝ่ายวิญญาณการเข้าสุหนัตเชื่อมโยงกับประเด็นเรื่องความรอด

การเข้าสุหนัตคือการตัดหรือการขลิบหนังหุ้มปลายองคชาตทั้งหมดออกและเด็กทารกเพศชายทุกคนของอิสราเอลต้องเข้าสุหนั

ต เมื่อเขามีอายุครบแปดวัน

ปฐมกาล 17:9-10 กล่าวว่า "พระเจ้าตรัสกับอับราฮัมว่า 'เจ้าเองก็ดี เชื้อสายของเจ้าที่สืบตลอดชั่วชาติพันธุ์ของเขาก็ดี จงรักษาพันธสัญญาของเรา นี่เป็นพันธสัญญาของเราซึ่งเจ้าจะต้องรักษาระหว่างเรากับเจ้าและเชื้อสายของเจ้าที่จะสืบมา'"

เมื่อพระเจ้าทรงมอบพันธสัญญาแห่งพระพรให้กับอับราฮัมบิดาแห่งความเชื่อนั้นพระองค์ทรงบอกให้ท่านทำพิธีเข้าสุหนัตเพื่อให้เป็นหมายสำคัญแห่งพันธสัญญา คนที่ไม่เข้าสุหนัตจะไม่ได้รับพระพร

"เจ้าจงเข้าสุหนัตตัดหนังหุ้มปลายองคชาตของเจ้า นี่จะเป็นหมายสำคัญของพันธสัญญาระหว่างเรากับเจ้า ผู้ชายที่มีอายุแปดวันต้องเข้าสุหนัต คือชายทุกคนตลอดชั่วชาติพันธุ์ของเจ้า เป็นคนที่เกิดในบ้านของเจ้าก็ดีหรือที่เอาเงินซื้อมาจากคนต่างด้าวใด ๆ ซึ่งมิใช่พงศ์พันธุ์ของเจ้าก็ดี ทั้งผู้ที่เกิดในบ้านของเจ้าและที่เอาเงินของเจ้าซื้อมาจะต้องเข้าสุหนัต ดังนี้แหละพันธสัญญาของเราจะได้อยู่ที่เนื้อของเจ้า เป็นพันธสัญญานิรันดร์ ชายใด ๆ ที่มิได้เข้าสุหนัตมิได้เข้าสุหนัตตัดหนังหุ้มปลายองคชาตจะต้องถูกตัดจากชนชาติของเขา เขาได้ละเมิดพันธสัญญาของเรา" (ปฐมกาล 17:11-14)

เพราะเหตุใดพระเจ้าจึงทรงบัญชาให้คนเหล่านั้นเข้าสุหนัตในวันที่มีอายุครบแปดวัน

เมื่อเด็กทารกคลอดออกมาใหม่ ๆ หลังจากที่เขาอยู่ในครรภ์ข

องมารดาเป็นเวลา 9 เดือนเขาจะปรับตัวกับสิ่งใหม่ ๆ ที่อยู่รอบตัวเขาได้ค่อนข้างลำบากเนื่องจากสภาพแวดล้อมที่แตกต่างกัน เซลล์ต่าง ๆ ของเด็กยังไม่แข็งแรง หลังจากเจ็ดวันเด็กทารกจะเริ่มคุ้นเคยกับสภาพแวดล้อมใหม่ แต่เซลล์ของเด็กยังไม่ทำงานอย่างเต็มที่

ถ้าหนังหุ้มปลายองคชาตถูกตัดออกในช่วงเวลานี้ความเจ็บปวดจะมีไม่มากและรอยแผลจะปิดตัวได้อย่ารวดเร็ว แต่หลังจากเด็กเติบโตขึ้นหนังของเขาจะหยาบกร้านขึ้นและจะทำให้มีความเจ็บปวดมาก

พระเจ้าทรงกำชับให้คนอิสราเอลทำพิธีเข้าสุหนัตในวันที่แปดหลังจากที่เด็กเกิดมาเพื่อสิ่งนี้จะเป็นประโยชน์ในเรื่องความสะอาดและการเจริญเติบโตและเป็นหมายสำคัญแห่งพันธสัญญาของพระองค์ในเวลาเดียวกัน

การเข้าสุหนัตเชื่อมโยงกับชีวิตโดยตรง

อพยพ 4:24-26 กล่าวว่า “ณ ที่พักระหว่างทางพระเจ้าเสด็จมาพบโมเสสและจะทรงประหารชีวิตของท่านเสีย นางศิปโปราห์จึงเอาหินคมตัดหนังที่ปลายองคชาตบุตรชายของตนแล้วเอาไปแตะเท้าของโมเสสกล่าวว่า ‘จริงนะ ท่านเป็นเจ้าบ่าวแห่งโลหิตแก่ฉัน’ พระเจ้าจึงทรงละท่านไป นางจึงกล่าวว่า ‘ท่านเป็นเจ้าบ่าวแห่งโลหิต’ เนื่องจากพิธีเข้าสุหนัต”

เพราะเหตุใดพระเจ้าจึงทรงมุ่งที่จะประหารชีวิตของโมเสส

เราจะเข้าใจในเรื่องนี้ ถ้าเราเข้าใจการถือกำเนิดและการเจริญเติบโตของโมเสส ในขณะนั้นเพื่อทำลายคนอิสราเอลให้สิ้นซากฟาโรห์จึงมีบัญชาให้ฆ่าทารกเกิดใหม่เพศชายชาวฮีบรูทุกคน ในช่วงเวลานี้มารดาของโมเสสซ่อนท่านเอาไว้ ในที่สุดเธอจึงวางโมเสสไว้ในตะกร้าสานและนำตะกร้าไปวางไว้ที่กอปรือริมแม่น้ำไนล์ ด้วยการจัดเตรียมของพระเจ้าพระราชธิดาของฟาโรห์จึงทรงมองเห็นตะกร้าที่อยู่ระหว่างกอปรือและได้ทรงรับโมเสสไปเลี้ยงไว้เป็นบุตรบุญธรรมของพระนาง เพราะเหตุนี้โมเสสจึงไม่ได้อยู่ในสถานการณ์ที่จะเข้าสุหนัตได้

แม้ท่านได้รับการทรงเรียกให้เป็นผู้นำของการอพยพแต่โมเสสยังไม่ได้เข้าสุหนัต เพราะเหตุนี้ทูตของพระเจ้าจึงมุ่งสังหารท่าน การเข้าสุหนัตเชื่อมโยงโดยตรงกับชีวิตเช่นกัน ถ้าบุคคลไม่เข้าสุหนัตเขาก็จะไม่มีส่วนสัมพันธ์ใดกับพระเจ้า

ฮีบรู 10:1 กล่าวว่า "โดยเหตุที่ธรรมบัญญัติเป็นแต่เพียงเงาของสิ่งประเสริฐที่จะมาในภายหลัง มิใช่ตัวจริง" ธรรมบัญญัติในที่นี้ หมายถึงพระคัมภีร์เดิมและ "สิ่งประเสริฐที่จะมาภายหลัง" หมายถึงพระคัมภีร์ใหม่ซึ่งได้แก่ข่าวประเสริฐที่มาทางพระเยซูคริสต์

เงากับตัวจริงเป็นสิ่งเดียวกันและไม่สามารถแยกออกจากกันได้ ด้วยเหตุนี้ คำบัญชาของพระเจ้าเกี่ยวกับการเข้าสุหนัตในสมัยพระคัมภีร์เดิมซึ่งกำหนดว่าถ้าผู้ใดไม่เข้าสุหนัตเขาก็จะถูกตัดขาดออกจากหมู่ประชากรของพระเจ้าและคำบัญชานี้ยังคงประยุก

ต์ใช้ในแนวทางเดียวกันในปัจจุบัน

แต่ในปัจจุบัน เราไม่จำเป็นต้องผ่านขั้นตอนการเข้าสุหนัตในฝ่ายร่างกายเหมือนในสมัยพระคัมภีร์เดิม แต่เราต้องเข้าสุหนัตฝ่ายวิญญาณซึ่งเป็นการเข้าสุหนัตในจิตใจ

การเข้าสุหนัตฝ่ายร่างกายและการเข้าสุหนัตในจิตใจ

โรม 2:28-29 กล่าวว่า "เพราะว่ายิวแท้มิใช่คนที่เป็นยิวแต่ภายนอกเท่านั้นและการเข้าสุหนัตแท้ก็ไม่ใช่การเข้าสุหนัตซึ่งปรากฏที่เนื้อหนังเท่านั้น คนที่เป็นยิวแท้คือคนที่เป็นยิวภายในและการเข้าสุหนัตแท้นั้นเป็นเรื่องของจิตใจตามพระวิญญาณมิใช่ตามตัวบทบัญญัติ คนอย่างนั้นพระเจ้าสรรเสริญมนุษย์ไม่สรรเสริญ" การเข้าสุหนัตฝ่ายร่างกายเป็นเพียงเงาและตัวจริงในพระคัมภีร์ใหม่คือการเข้าสุหนัตในจิตใจ นี่คือสิ่งที่ทำให้เราได้รับความรอด

ในสมัยพระคัมภีร์เดิมผู้คนยังไม่ได้รับพระวิญญาณบริสุทธิ์และเขาไม่สามารถกำจัดความเท็จออกจากจิตใจของตนได้ ดังนั้นผู้คนในสมัยพระคัมภีร์เดิมจึงแสดงให้เห็นว่าเขาเป็นของพระเจ้าด้วยการเข้าสุหนัตฝ่ายร่างกาย แต่ในสมัยพระคัมภีร์ใหม่เมื่อเราต้อนรับเอาพระเยซูคริสต์พระวิญญาณบริสุทธิ์ก็เสด็จเข้ามาในจิตใจของเราและพระวิญญาณบริสุทธิ์ทรงช่วยเราให้ดำเนินชีวิตด้วยความจริงเพื่อเราจะสามารถกำจัดความเท็จออกไปจากจิตใจของเรา

การเข้าสุหนัตในจิตใจด้วยวิธีนี้คือการประพฤติตามพระบัญญัติของการเข้าสุหนัตฝ่ายร่างกายในสมัยพระคัมภีร์เดิม นี่เป็นแนวทางของการถือรักษาพิธีปัสกาด้วยเช่นกัน "จงเอาตัวรับพิธีเข้าสุหนัตถวายแด่พระเจ้า จงตัดหนังปลายหัวใจของเจ้าเสีย" (เยเรมีย์ 4:4)

การตัดหนังปลายหัวใจหมายถึงอะไร สิ่งนี้หมายถึงการปฏิบัติตามพระคำทั้งสิ้นของพระเจ้าที่สั่งให้ทำสิ่งนั้นและห้ามไม่ให้เราทำสิ่งนี้หรือกำชับให้เรารักษาสิ่งนั้นและให้กำจัดสิ่งนี้ทิ้งไป เราไม่ได้เพียงแต่ละเว้นที่จะทำในสิ่งที่พระเจ้าห้ามไม่ให้เราทำเท่านั้น เช่น "อย่าเกลียดชัง อย่าพิพากษา หรืออย่ากล่าวประณาม อย่าลักขโมย และอย่าล่วงประเวณี" เป็นต้น แต่เราต้องกำจัดและถือรักษาสิ่งที่พระเจ้าทรงสั่งให้เรากำจัดและถือรักษาด้วยเช่นกัน เช่น "จงกำจัดความชั่วร้ายทุกชนิดทิ้งไป จงรักษาวันสะบาโตให้บริสุทธิ์ หรือจงรักษาพระบัญญัติของพระเจ้า" เป็นต้น

นอกจากนั้น เราต้องทำในสิ่งที่พระเจ้าทรงสั่งให้เราทำด้วยเช่นกัน เช่น "จงประกาศข่าวประเสริฐ จงอธิษฐาน จงยกโทษ หรือจงรักซึ่งกันและกัน" เป็นต้น เมื่อเรากระทำเช่นนี้เราก็กำจัดความเท็จ ความชั่วร้าย ความอสัตย์อธรรม การกระทำผิด และความมืดออกไปจากจิตใจของเราเพื่อทำให้จิตใจของเราสะอาดบริสุทธิ์ จากนั้นจิตใจของเราก็จะเต็มไปด้วยความจริง

การเข้าสุหนัตในจิตใจและความรอดที่สมบูรณ์

ในสมัยของโมเสสพิธีปัสกาถูกกำหนดไว้สำหรับคนอิสราเอลเพื่อให้หลีกพ้นจากความตายของภัยพิบัติแห่งการมรณกรรมของลูกหัวปีก่อนการอพยพ ดังนั้นจึงไม่ได้หมายความว่าบุคคลจะรอดตลอดไปเพียงแค่การมีส่วนร่วมในพิธีปัสกา

ถ้าคนเหล่านั้นสามารถรอดพ้นจากความตายตลอดไปด้วยพิธีปัสกา ถ้าเช่นนั้นคนอิสราเอลทั้งหมดที่อพยพออกจากอียิปต์คงได้เข้าสู่แผ่นดินคานาอันที่อุดมไปด้วยน้ำผึ้งและน้ำนม

แต่ในความเป็นจริงก็คือพวกผู้ใหญ่ที่มีอายุ 20 ปีขึ้นไปในช่วงเวลาของการอพยพ (ยกเว้นคาเลบและโยชูวา) ไม่ได้แสดงออกถึงความเชื่อและการประพฤติที่ฟังของตน คนชั่วอายุนั้นต้องอาศัยอยู่ในถิ่นทุรกันดารเป็นเวลาถึง 40 ปีและเสียชีวิตที่นั่นโดยไม่มีโอกาสได้เห็นแผ่นดินคานาอัน

ในปัจจุบันก็เช่นเดียวกัน แม้เราได้ต้อนรับเอาพระเยซูคริสต์และเป็นบุตรของพระเจ้า แต่สิ่งนี้ยังไม่ใช่สิ่งที่ครบสมบูรณ์และไม่ใช่หลักประกันตลอดไป สิ่งนี้มีความหมายเพียงว่าเราได้เข้าไปอยู่ในขอบเขตของความรอด

ด้วยเหตุนี้ ช่วงเวลา 40 ปีแห่งความทุกข์ยากลำบากเป็นสิ่งจำเป็นต่อการเข้าสู่แผ่นดินคานาอันของคนอิสราเอลฉันใด การที่เราจะได้รับความรอดอย่างถาวรเราจำเป็นต้องเข้าสู่กระบวนการของการเข้าสุหนัตด้วยพระคำของพระเจ้าด้วยฉันนั้น

เมื่อเราต้อนรับเอาพระเยซูคริสต์เป็นพระผู้ช่วยใ

ห้รอดเราก็ได้รับพระวิญญาณบริสุทธิ์ อย่างไรก็ตาม "การได้รับพระวิญญาณบริสุทธิ์" ไม่ได้หมายความว่าจิตใจของเราจะสะอาดหมดจด เราจำเป็นต้องเข้าสุหนัตในจิตใจของเราอย่างต่อเนื่องจนกระทั่งเราบรรลุถึงความรอดอย่างสมบูรณ์ เราจะบรรลุถึงความรอดอย่างสมบูรณ์ได้ก็ต่อเมื่อเรารักษาจิตใจของเราซึ่งเป็นแหล่งของชีวิตโดยผ่านการเข้าสุหนัตในจิตใจเท่านั้น

ความสำคัญของการเข้าสุหนัตในจิตใจ

เราจะเป็นบุตรที่บริสุทธิ์ของพระเจ้าและดำเนินชีวิตที่ปลอดจากภัยพิบัติได้ก็ต่อเมื่อเราชำระความบาปและความชั่วของตนด้วยพระคำของพระเจ้าและกำจัดสิ่งเหล่านี้ทิ้งไปด้วยพระแสงแห่งพระวิญญาณบริสุทธิ์เท่านั้น

เหตุผลอีกข้อหนึ่งที่ว่าทำไมเราจึงเข้าสุหนัตในจิตใจของเราก็เพื่อเราจะมีชัยชนะในการทำสงครามฝ่ายวิญญาณ แม้เราจะมองไม่เห็นแต่มีสงครามฝ่ายวิญญาณเกิดขึ้นอย่างต่อเนื่องระหว่างวิญญาณแห่งความดีงามซึ่งเป็นของพระเจ้าและวิญญาณชั่วร้ายซึ่งเป็นของผีมารซาตาน

เอเฟซัส 6:12 กล่าวว่า "เพราะว่าเราไม่ได้ต่อสู้กับเนื้อหนังและเลือด แต่ต่อสู้กับเทพผู้ครอง ศักดิเทพ เทพผู้ครองพิภพในโมหะความมืดแห่งโลกนี้ ต่อสู้กับเหล่าวิญญาณที่ชั่วในสถานฟ้าอากาศ"

เพื่อให้มีชัยชนะในการทำสงครามฝ่ายวิญญาณนี้เราต้องมีจิ

ตใจที่สะอาดบริสุทธิ์ เพราะพลังอำนาจในโลกฝ่ายวิญญาณคือการไม่มีบาป เพราะเหตุนี้พระเจ้าจึงทรงต้องการให้เราเข้าสุหนัตในจิตใจของตนและพระองค์ทรงบอกเราให้ทราบถึงความสำคัญของการเข้าสุหนัตในจิตใจหลายต่อหลายครั้ง

"ท่านที่รักทั้งหลาย ถ้าใจของเราไม่ได้กล่าวโทษเรา เราก็มีความมั่นใจที่จะเข้าเฝ้าพระเจ้าและเราขอสิ่งใด ๆ เราก็ได้สิ่งนั้น ๆ จากพระองค์เพราะเราประพฤติตามพระบัญญัติของพระองค์และปฏิบัติตามชอบพระทัยพระองค์" (1 ยอห์น 3:21-22)

เพื่อให้เราได้รับคำตอบต่อปัญหาต่าง ๆ ในชีวิตของเรา (เช่นปัญหาเรื่องโรคภัยไข้เจ็บและปัญหาความยากจน) เราจำเป็นต้องเข้าสุหนัตในจิตใจของเรา ท่านจะมีความมั่นใจต่อพระพักตร์พระเจ้าและได้รับทุกสิ่งที่เราทูลขอก็ต่อเมื่อเรามีจิตใจที่สะอาดเท่านั้น

พิธีปัสกาและพิธีมหาสนิท

ในทำนองเดียวกัน เราจะมีส่วนร่วมในพิธีปัสกาได้ก็ต่อเมื่อเราผ่านพิธีเข้าสุหนัตเท่านั้น สิ่งนี้เชื่อมโยงกับพิธีมหาสนิทในปัจจุบัน พิธีปัสกาคืองานเลี้ยงที่มีการกินเนื้อแกะและพิธีมหาสนิทคือการกินขนมปังและการดื่มน้ำองุ่นซึ่งเป็นสัญลักษณ์ของพระกายและพระโลหิตของพระเยซู

"พระเยซูจึงตรัสกับเขาว่า 'เราบอกความจริงแก่ท่านทั้งหลายว่า ถ้าท่านไม่กินเนื้อและไม่ดื่มโลหิตของบุตรมนุษย์

ท่านก็ไม่มีชีวิตในตัวท่าน ผู้ที่กินเนื้อและดื่มโลหิตของเราก็มีชีวิตนิรันดร์และเราจะให้ผู้นั้นฟื้นมาในวันสุดท้าย" (ยอห์น 6:53-54)

คำว่า "บุตรมนุษย์" ในข้อนี้หมายถึงพระเยซูและเนื้อของบุตรมนุษย์หมายถึงหนังสือทั้ง 66 เล่มของพระคัมภีร์ การกินเนื้อของบุตรมนุษย์จึงหมายถึงการ "กิน" พระคำแห่งความจริงของพระเจ้าที่บันทึกไว้ในพระคัมภีร์

นอกจากนั้น เราต้องการน้ำเพื่อช่วยในการย่อยอาหารฉันใด เมื่อเรากินเนื้อของบุตรมนุษย์เราก็ต้องการน้ำด้วยฉันนั้น

"การดื่มโลหิตของบุตรมนุษย์" หมายถึงการเชื่อและการประพฤติตามพระคำของพระเจ้าอย่างแท้จริงหลังจากเราได้ยินและรู้จักพระคำ ถ้าเราไม่ประพฤติตามพระคำดังกล่าว พระคำของพระเจ้าก็จะไม่เป็นประโยชน์อะไรต่อเรา

เมื่อเราเข้าใจพระคำของพระเจ้าในหนังสือทั้ง 66 เล่มของพระคัมภีร์และประพฤติตาม ความจริงก็จะถูกซึมซับเข้ามาในจิตใจของเราเหมือนการซึมซับเอาโภชนาการเข้าไปในร่างกาย จากนั้นความบาปและความชั่วร้ายก็จะกลายเป็นสิ่งปฏิกูลที่ต้องถูกถ่ายทิ้งไปเพื่อเราจะกลายเป็นมนุษย์แห่งความจริงที่มีชีวิต นิรันดร์มากยิ่งขึ้นอย่างต่อเนื่อง

ยกตัวอย่าง ถ้าเราซึมซับเอาโภชนาการแห่งความจริงที่มีชื่อว่า "ความรัก" เข้าไปและประพฤติตามความจริงข้อนี้ โภชนาการชนิดนี้ก็จะถูกซึมซับเข้าไปในจิตใจของเรา สิ่งต่าง ๆ

ที่อยู่ตรงกันข้ามกับความรัก (เช่น ความเกลียดชัง ความอิจฉา และความริษยา เป็นต้น) ก็จะกลายเป็นสิ่งปฏิกูลที่ต้องถูกขับถ่ายทิ้งไป จากนั้นเราก็จะมีจิตใจแห่งความรักที่สมบูรณ์แบบ

นอกจากนั้น เมื่อเราเติมจิตใจของเราให้เต็มไปด้วยสันติสุขและความชอบธรรม การทะเลาะวิวาท การโต้เถียง การแตกความสามัคคี ความขุ่นเคือง และความอสัตย์อธรรมก็จะอยู่ห่างไกลจากเรา

คุณสมบัติของการเข้าร่วมในพิธีมหาสนิท

ในช่วงเวลาของการอพยพ คนที่เข้าสุหนัตมีคุณสมบัติที่จะเข้าร่วมในพิธีปัสกา ดังนั้นเขาจึงรอดพ้นจากการเสียชีวิตของลูกหัวปี ในปัจจุบันก็เช่นเดียวกัน เมื่อเราต้อนรับเอาพระเยซูคริสต์เป็นพระผู้ช่วยให้รอดของเราและได้รับพระวิญญาณบริสุทธิ์ เราก็ได้รับการประทับตราไว้ให้เป็นบุตรของพระเจ้าและเรามีสิทธิ์ที่จะเข้าร่วมในพิธีมหาสนิท

แต่ปัสกาเป็นพิธีที่ช่วยให้รอดพ้นจากการมรณกรรมของลูกหัวปีเท่านั้น คนอิสราเอลยังจำเป็นต้องเดินทางผ่านถิ่นทุรกันดารเพื่อทำให้ความรอดของเขาสมบูรณ์ ในทำนองเดียวกัน แม้เราได้รับพระวิญญาณบริสุทธิ์ และสามารถมีส่วนร่วมในพิธีมหาสนิทแต่เราก็ยังคงต้องผ่านขั้นตอนเพื่อรับเอาความรอดอย่างถาวรในนิรันดร์กาล ในเมื่อเราได้เข้ามาสู่ประตูแห่งความรอดด้วยการต้อนรับเอาพระเยซูคริสต์ เราจำเป็นต้องเชื่อฟังพระคำของพระเจ้าใน

ชีวิตของเรา เราต้องเดินมุ่งหน้าต่อไปเพื่อจะเข้าไปสู่ประตูสวรรค์และความรอดนิรันดร์

ถ้าเราทำบาปเราก็ไม่สามารถมีส่วนร่วมในพิธีมหาสนิทเพื่อจะกินเนื้อและดื่มโลหิตขององค์พระผู้เป็นเจ้า อันดับแรกเราต้องพิจารณาตนเอง กลับใจจากบาปทั้งสิ้นที่เราได้กระทำ และชำระจิตใจของเราให้สะอาดบริสุทธิ์เพื่อจะเข้าร่วมในพิธีมหาสนิท

"เหตุฉะนั้นถ้าผู้ใดกินขนมปังหรือดื่มจากถ้วยขององค์พระผู้เป็นเจ้าอย่างไม่สมควร ผู้นั้นก็ทำผิดต่อพระกายและพระโลหิตขององค์พระผู้เป็นเจ้า ขอให้ทุกคนพิจารณาตนเองแล้วจึงกินและดื่มเป็นเหตุให้ตนเองถูกพิพากษาโทษ" (1 โครินธ์ 11:27-29)

บางคนพูดว่าคนที่รับบัพติสมาด้วยน้ำแล้วเท่านั้นจึงสามารถมีส่วนร่วมในพิธีมหาสนิท แต่เมื่อเราต้อนรับเอาพระเยซูคริสต์เราก็ได้รับพระวิญญาณบริสุทธิ์เป็นของขวัญ เราทุกคนจึงมีสิทธิ์ที่จะเป็นบุตรของพระเจ้า

ด้วยเหตุนี้ ถ้าเราได้รับพระวิญญาณบริสุทธิ์และเป็นบุตรของพระเจ้าเราก็สามารถมีส่วนร่วมในพิธีมหาสนิทหลังจากที่เรากลับใจจากบาปของเราแม้เรายังไม่ได้รับบัพติสมาด้วยน้ำก็ตาม

เราระลึกถึงพระคุณขององค์พระผู้เป็นเจ้าที่ถูกตรึงบนกางเขนและหลั่งพระโลหิตเพื่อเราอีกครั้งหนึ่งโดยผ่านทางพิธีมหาสนิท เราควรพิจารณาตนเองพร้อมกับเรียนรู้และประพฤติตามพระคำของพระเจ้า

1 โครินธ์ 11:23-25 กล่าวว่า “เพราะว่าเรื่องซึ่งข้าพเจ้าได้มอบไว้กับท่านแล้วนั้นข้าพเจ้าได้รับจากองค์พระผู้เป็นเจ้า คืนที่เขาอายัดพระเยซูเจ้านั้นพระองค์ทรงหยิบขนมปังครั้นขอบพระคุณแล้วจึงทรงหักแล้วตรัสว่า ‘นี่เป็นกายของเราซึ่งให้แก่ท่านทั้งหลาย จงกระทำอย่างนี้ให้เป็นที่ระลึกถึงเรา’ เมื่อรับประทานแล้วพระองค์จึงทรงหยิบถ้วยด้วยอาการอย่างเดียวกันตรัสว่า ‘ถ้วยนี้คือพันธสัญญาใหม่โดยโลหิตของเรา เมื่อท่านดื่มจากถ้วยนี้เวลาใด จงดื่มเป็นที่ระลึกถึงเรา’”

ด้วยเหตุนี้ ข้าพเจ้าจึงขอวิงวอนให้ท่านทำความเข้าใจกับความหมายที่แท้จริงของพิธีปัสกาและพิธีมหาสนิทพร้อมกับการกินเนื้อและดื่มโลหิตของพระองค์พระผู้เป็นเจ้าอย่างเอาจริงเอาจัง เพื่อท่านจะสามารถกำจัดความชั่วร้ายทุกรูปแบบทิ้งไปและเข้าสุหนัตในจิตใจของท่านอย่างสมบูรณ์

บทที่ 9

การอพยพและเทศกาลขนมปังไร้เชื้อ

อพยพ 12:15-17

"เจ้าทั้งหลายจงกินขนมปังไร้เชื้อให้ครบเจ็ดวัน วันแรกจงชำระบ้านเจ้าให้ปราศจากเชื้อ ถ้าผู้ใดขืนกินขนมปังที่มีเชื้อตั้งแต่วันแรกจนถึงวันที่เจ็ดจะต้องอเปหิผู้นั้นเสียจากอิสราเอล ในวันแรกนั้นให้มีการประชุมบริสุทธิ์ วันที่เจ็ดก็ให้มีการประชุมบริสุทธิ์ ในวันนั้นอย่าให้ผู้ใดทำงานเลยเว้นไว้แต่การจัดเตรียมอาหารสำหรับรับประทาน เจ้าทั้งหลายจงถือพิธีเทศกาลกินขนมปังไร้เชื้อเพราะในวันนั้นเราได้นำพลโยธาของเจ้าทั้งหลายออกไปจากแผ่นดินอียิปต์ เหตุฉะนั้น เจ้าจงฉลองวันนี้และถือเป็นกฎถาวรชั่วชาตพันธุ์ของเจ้า"

"ขอให้เราอโหสิ แต่อย่าหลงลืม"

ข้อความประโยคนี้ถูกจารึกไว้ที่ทางเข้าพิพิธภัณฑ์การสังหารหมู่ชาวยิว "ยาด-วาเชม" ซึ่งตั้งอยู่ในกรุงเยรูซาเล็มเพื่อระลึกถึงชาวยิวจำนวน 6 ล้านคนที่ถูกสังหารหมู่โดยกองทัพนาซีในช่วงสงครามโลกครั้งที่สองและเพื่อป้องกันไม่ให้ประวัติศาสตร์ซ้ำรอย

ประวัติศาสตร์ของอิสราเอลเป็นประวัติศาสตร์แห่งการจดจำ ในพระคัมภีร์พระเจ้าทรงบอกให้เราจดจำอดีตเอาไว้และให้รักษาสิ่งนั้นไว้สำหรับผู้คนในอีกหลายชั่วอายุ

หลังจากที่คนอิสราเอลรอดพ้นจากภัยพิบัติแห่งมรณกรรมของลูกหัวปีด้วยการถือรักษาพิธีปัสกาและถูกนำออกจากอียิปต์ พระเจ้าทรงกำชับให้คนเหล่านั้นฉลองเทศกาลกินขนมปังไร้เชื้อเพื่อให้เขาจดจำวันที่ตนได้รับการช่วยกู้ให้เป็นอิสระจากการเป็นทาสในอียิปต์ตลอดไป

ความหมายฝ่ายวิญญาณของการอพยพ

วันแห่งการอพยพไม่ได้เป็นเพียงวันแห่งอิสรภาพที่ชนชาติอิสราเอลได้รับกลับคืนมาเมื่อหลายพันปีที่แล้ว

ประเทศ "อียิปต์" ที่คนอิสราเอลตกไปเป็นทาสเป็นสัญลักษณ์ของ "โลกนี้" ซึ่งตกอยู่ภายใต้การควบคุมของผีมารซาตาน คนอิสราเอลถูกข่มเหงและได้รับการปฏิบัติอย่างไม่ถูกต้องในขณะที่ตกเป็นทาสในอียิปต์ฉันใด ผู้คนในโลกนี้ก็ประสบกับความทุกข์ทรมานและความโศกเศร้าจากผีมารซาตานในขณะที่เขาไม่รู้จักพระเจ้าด้วยฉันนั้น

เมื่อคนอิสราเอลเห็นถึงภัยพิบัติสิบประการที่เกิดขึ้นผ่านทางโมเสสคนเหล่านั้นจึงรู้จักกับพระเจ้า ชนชาติอิสราเอลติดตามโมเสสออกจากอียิปต์เพื่อเข้าสู่แผ่นดินคานาอันซึ่งพระเจ้าได้ทรงสัญญาไว้กับอับราฮัมบรรพบุรุษของเขา

ผู้คนในปัจจุบันก็เช่นเดียวกัน คนเหล่านี้เคยมีชีวิตอยู่โดยไม่รู้จักกับพระเจ้า แต่วันนี้เขาได้ต้อนรับเอาพระเยซูคริสต์

การที่คนอิสราเอลออกมาจากอียิปต์ที่เขาเคยตกเป็นทาสสามารถเปรียบเทียบได้กับการที่ผู้คนในปัจจุบันออกมาจากการเป็นทาสของผีมารซาตานด้วยการต้อนรับเอาพระเยซูคริสต์และเป็นบุตรของพระเจ้า

นอกจากนั้น การเดินทางของคนอิสราเอลเพื่อมุ่งไปสู่แผ่นดินคานาอันที่อุดมสมบูรณ์ไปด้วยน้ำผึ้งและน้ำนมไม่แตกต่างอะไรจากการที่ผู้เชื่อดำเนินอยู่ในความเชื่อของตนเพื่อมุ่งหน้าสู่แผ่นดินสวรรค์

แผ่นดินคานาอันที่อุดมไปด้วยน้ำผึ้งและน้ำนม

ในกระบวนการของการอพยพพระเจ้าไม่ได้ทรงนำชนชาติอิสราเอลไปสู่แผ่นดินคานาอันโดยตรง คนเหล่านั้นต้องเดินทางอยู่ในถิ่นทุรกันดารเพราะบนเส้นทางที่สั้นที่สุดที่มุ่งไปสู่แผ่นดินคานาอันมีชนชาติฟีลิสเตียซึ่งเป็นชนชาติที่แข็งแกร่งมากชนชาติหนึ่งอาศัยอยู่ที่นั่น

การที่จะเดินผ่านแผ่นดินของคนฟีลิสเตียได้นั้นคนอิสราเอลต้องทำสงครามกับชนชาติที่แข็งแกร่งชนชาตินี้ พระเจ้าทรงทราบว่าถ้าคนอิสราเอลเผชิญกับปัญหาคนเหล่านี้ซึ่งยังไม่มีความเชื่อคงต้องการเดินทางกลับไปยังอียิปต์

ในทำนองเดียวกัน ผู้คนที่เพิ่งต้อนรับเอาพระเยซูคริสต์ยังไม่มีความเชื่อทันที ดังนั้นถ้าคนเหล่านี้เผชิญกับปัญหาการทดสอบที่รุนแรงพอ ๆ กับกองทัพของคนฟีลิสเตีย คนเหล่านี้อาจไม่ผ่านการทดสอบและอาจละทิ้งความเชื่อได้ในที่สุด

เพราะเหตุนี้พระเจ้าจึงตรัสว่า "ไม่มีการทดลองใด ๆ เกิดขึ้นกับท่านนอกเหนือจากการทดลองซึ่งเคยเกิดกับมนุษย์ทั้งหลาย พระเจ้าทรงสัตย์ธรรมพระองค์จะไม่ทรงให้ท่านต้องถูกทดลองเกินกว่าที่ท่านจะทนได้และเมื่อทรงทดลองท่านนั้นพระองค์จะทรงโปรดให้ท่านมีทางที่จะหลีกเลี่ยงได้ด้วยเพื่อท่านจะมีกำลังทนได้" (1 โครินธ์ 10:13)

คนอิสราเอลต้องเดินทางผ่านถิ่นทุรกันดารจนกว่าจะถึงแผ่นดินคานาอันฉันใด แม้หลังจากที่เราเป็นบุตรของพระเจ้า เราก็ยังต้องดำเนินบนเส้นทางแห่งความเชื่อจนกว่าเราจะไปถึงแผ่นดินสวรรค์ที่เป็นเหมือนคานาอันของเราด้วยฉันนั้น

แม้ถิ่นทุรกันดารจะยากลำบาก แต่คนที่มีความเชื่อก็ไม่หันกลับไปยังอียิปต์เพราะเขามองเห็นเสรีภาพ สันติสุข และความอุดมสมบูรณ์ในแผ่นดินคานาอันซึ่งเขาไม่เคยได้รับในอียิปต์รอคอยเขาอยู่ข้างหน้าในวันนี้ก็เช่นเดียวกัน

แม้บางครั้งเราจะเดินอยู่ในเส้นทางที่คับแคบและยากลำบาก แต่เราเชื่อในสง่าราศีอันงดงามแห่งแผ่นดินสวรรค์ ดังนั้นเราจึงไม่ถือว่าการวิ่งแข่งทางความเชื่อเป็นสิ่งที่ยากลำบาก แต่เราสามารถเอาชนะทุกสิ่งได้ด้วยความช่วยเหลือของพระเจ้าและฤทธิ์อำนาจของพระองค์

ในที่สุด คนอิสราเอลก็เริ่มต้นการเดินทางไปสู่แผ่นดินคานาอันดินแดนที่อุดมไปด้วยน้ำผึ้งและน้ำนม เขาได้ทิ้งดินแดนที่เขาเคยอาศัยอยู่มาเป็นเวลามากกว่า 400 ปีไว้ข้างหลังและเริ่มการเดินทางแห่งความเชื่อภายใต้การนำของโมเสส

คนอิสราเอลบางคนพาฝูงสัตว์ไปด้วย หลายคนบรรทุกเสื้อผ้า เงินและทองที่เขาได้รับจากคนอียิปต์ บางคนบรรทุกเอาก้อนแป้งขนมปังไร้เชื้อไปด้วยในขณะที่หลายคนเอาใจใส่ดูแลเด็กและคนชรา ชนชาติอิสราเอลที่กำลังรีบเร่งเดินทางออกจากอียิปต์มีจำนวนมากจนสุดลูกหูลูกตา

"ชนชาติอิสราเอลยกเดินออกจากเมืองราเมเซสไปถึงเมืองซุโคธนับแต่ผู้ชายได้ประมาณหกแสนคน ผู้หญิงและเด็กต่างหาก มีฝูงชนชาติอื่นเป็นจำนวนมากติดตามไปด้วยพร้อมทั้งฝูงสัตว์คือฝูงแพะแกะและโคจำนวนมากมาย เขาเอาก้อนแป้งซึ่งนำมาจากคนอียิปต์นั้นปิ้งเป็นขนมปังไร้เชื้อเพราะเขาถูกเร่งรัดให้ออกจากอียิปต์จึงไม่ทันเตรียมเสบียง" (อพยพ 12:37-39)

วันนี้จิตใจของคนเหล่านี้เต็มล้นไปด้วยเสรีภาพ ความหวังและความรอด เพื่อเฉลิมฉลองวันนี้พระเจ้าทรงบัญชาให้เขาถือรักษาเทศกาลขนมปังไร้เชื้อตลอดทุกชั่วอายุคน

เทศกาลขนมปังไร้เชื้อ

ในปัจจุบัน คริสต์ศาสนาฉลองเทศกาลอีสเตอร์แทนการฉลองเทศกาลขนมปังไร้เชื้อ อีสเตอร์เป็นเทศกาลแห่งการขอบพระคุณพระเจ้าที่

ทรงยกโทษความบาปทั้งสิ้นของเราผ่านการสิ้นพระชนม์ของพระเยซู นอกจากนั้น เรายังฉลองวันนี้ในฐานะที่เป็นวันซึ่งทำให้เราสามารถออกมาจากความมืดและก้าวไปสู่ความสว่างด้วยการคืนพระชนม์ของพระองค์เช่นกัน

เทศกาลขนมปังไร้เชื้อเป็นหนึ่งในสามเทศกาลสำคัญของอิสราเอล เทศกาลนี้มีไว้เพื่อรำลึกถึงการเดินทางออกจากอียิปต์ด้วยพระหัตถ์ของพระเจ้า คนอิสราเอลกินขนมปังไร้เชื้อเป็นเวลาเจ็ดวันโดยเริ่มต้นในคืนปัสกา

แม้หลังจากที่ฟาโรห์และคนอียิปต์ได้รับความทุกข์ทรมานมากมายจากภัยพิบัติแต่ท่านก็ไม่ยอมเปลี่ยนความคิดของตน ในที่สุดอียิปต์ต้องประสบกับภัยพิบัติแห่งการมรณกรรมของลูกหัวปีและฟาโรห์ก็สูญเสียบุตรหัวปีของท่าน ฟาโรห์จึงสั่งให้คนไปเรียกโมเสสและอาโรนมาเข้าเฝ้าพร้อมกับบอกทั้งสองคนว่าให้รีบออกจากอียิปต์ในทันที ดังนั้นคนอิสราเอลจึงไม่มีเวลาหมักขนมปัง นี่คือสาเหตุที่คนเหล่านั้นต้องกินขนมปังไร้เชื้อ

นอกจากนั้น พระเจ้าทรงอนุญาตให้คนอิสราเอลกินขนมปังไร้เชื้อเพื่อเขาจะจดจำช่วงเวลาแห่งความทุกข์ยากลำบากและขอบพระคุณพระเจ้าที่เขาเป็นอิสระจากการเป็นทาส

ปัสกาคือเทศกาลที่รำลึกถึงการรอดพ้นจากภัยพิบัติการมรณกรรมของลูกหัวปี คนเหล่านั้นกินแกะ ผักขม และขนมปังไร้เชื้อ เทศกาลขนมปังไร้เชื้อเป็นการรำลึกถึงความจริงที่ว่าคนเหล่านั้นต้องกินขนมปังไ

รัเชือเป็นเวลาหนึงสัปดาห์ในถินทุรกันดารหลังจากทีเขารีบเร่งออกจา
กอียิปต์

ในปัจจุบัน คนอิสราเอลหยุดพักเป็นเวลาหนึงสัปดาห์เพือฉลองเทศ
กาลปัสกาซึงรวมถึงเทศกาลขนมปังไร้เชือ

"อย่ารับประทานขนมปังมีเชือกับปัสกาตลอดเจ็ดวันท่านจงรับประ
ทานขนมปังไร้เชือเป็นขนมปังแห่งความทุกข์ใจเพราะท่านรีบหนีออก
มาจากแผ่นดินอียิปต์เพือท่านจะระลึกถึงวันทีท่านออกจากแผ่นดินอียิ
ปต์นันตลอดชีวิตของท่าน" (เฉลยธรรมบัญญัติ 16:3)

ความหมายฝ่ายวิญญาณของเทศกาลขนมปังไร้เชือ

"เจ้าทังหลายจงกินขนมปังไร้เชือให้ครบเจ็ดวัน วันแรกจงชำระบ้า
นเจ้าให้ปราศจากเชือ ถ้าผู้ใดขืนกินขนมปังทีมีเชือตังแต่วันแรกจนถึง
วันทีเจ็ด จะต้องอเปหิผู้นันเสียจากอิสราเอล" (อพยพ 12:15)

คำว่า "วันแรก" ในทีนีหมายถึงวันแห่งความรอด หลังจากทีคน
เหล่านันรอดพ้นจากภัยพิบัติแห่งการมรณกรรมของลูกหัวปีและอ
อกมาจากอียิปต์คนอิสราเอลต้องกินขนมปังไร้เชือเป็นเวลาเจ็ดวัน
ในทำนองเดียวกัน หลังจากเราต้อนรับเอาพระเยซูคริสต์และได้รับพร
ะวิญญาณบริสุทธิ์ ในฝ่ายวิญญาณเราต้องกินขนมปังไร้เชือเพือบรรลุถึ
งความรอดอย่างสมบูรณ์

ในฝ่ายวิญญาณ การกินขนมปังไร้เชือหมายถึงการละทิงโลกและก
ารเดินตามทางแคบ หลังจากเราต้อนรับเอาพระเยซูคริสต์เราต้องถ่อม
ตัวลงและเดินในเส้นทางทีคับแคบเพือบรรลุถึงความรอดอย่างสมบูรณ์

ด้วยจิตใจที่ถ่อมลง

การกินขนมปังมีเชื้อแทนที่จะกินขนมปังไร้เชื้อหมายถึงการเลือกเดินทางกว้างและสะดวกสบายเพื่อแสวงหาสิ่งที่ไร้ความหมายของโลกนี้ตามใจปรารถนาของตน คนที่เลือกเดินเส้นทางนี้จะไม่ได้รับความรอดอย่างแน่นอน เพราะเหตุนี้พระเจ้าจึงตรัสว่าคนที่กินขนมปังมีเชื้อจะต้องถูกอเปหิออกจากอิสราเอล

เทศกาลขนมปังไร้เชื้อให้บทเรียนอะไรแก่เราบ้างในปัจจุบัน

ประการแรก เราต้องจดจำและขอบพระคุณพระเจ้าเสมอสำหรับความรักและพระคุณแห่งความรอดที่พระองค์ประทานแก่เราโดยไม่คิดมูลค่าในการทรงไถ่ของพระเยซูคริสต์

คนอิสราเอลจดจำถึงช่วงเวลาของการเป็นทาสในอียิปต์ด้วยการกินขนมปังไร้เชื้อเป็นเวลาเจ็ดวันและขอบพระคุณพระเจ้าที่ทรงช่วยเขาให้รอด ในทำนองเดียวกัน เราทั้งหลายที่เป็นผู้เชื่อซึ่งเป็นอิสราเอลในฝ่ายวิญญาณเราต้องจดจำพระคุณและความรักของพระเจ้าผู้ทรงนำเรามาสู่หนทางแห่งชีวิตนิรันดร์และขอบพระคุณพระองค์สำหรับสิ่งสารพัด

เราต้องจดจำวันเวลาที่เราได้พบและมีประสบการณ์กับพระเจ้าและวันที่เราบังเกิดใหม่ด้วยน้ำและพระวิญญาณพร้อมกับขอบพระคุณพระเจ้าด้วยการระลึกถึงพระคุณของพระองค์ การกระทำเช่นนี้คือการฉลองเทศกาลขนมปังไร้เชื้อในฝ่ายวิญญาณ คนที่มีจิตใจดีงามจะไม่มีวันลืมพระคุณที่เขาได้รับจากองค์พระผู้เป็นเจ้า นี่เป็นหน้าที่ของมนุษย์และนี่เป็นการแสดงออกของจิตใจที่ดีงาม

ด้วยจิตใจที่ดีงามนี้เราจะไม่มีวันลืมความรักและพระคุณของพระเจ้าไม่ว่าสภาพความเป็นจริงในปัจจุบันจะยากลำบากเพียงใดก็ตาม แต่เราจะขอบพระคุณและชื่นบานอยู่เสมอ

นี่คือท่าทีของฮาบากุกผู้เผยพระวจนะในรัชสมัยของกษัตริย์โยสิยาในราวปีก่อนคริสตศักราช 600

"แม้ต้นมะเดื่อไม่มีดอกบานหรือเถาองุ่นไม่มีผล ผลมะกอกเทศก็ขาดไป ทุ่งนามิได้เกิดอาหาร ฝูงสัตว์ขาดไปจากคอกและไม่มีฝูงวัวที่ในโรง ถึงกระนั้นข้าพเจ้าจะร่าเริงในพระเจ้า ข้าพเจ้าจะเปรมปรีดิ์ในพระเจ้าแห่งความรอดของข้าพเจ้า" (ฮาบากุก 3:17-18)

ยูดาห์ซึ่งเป็นประเทศของท่านต้องเผชิญกับภยันตรายจากพวกเคลเดีย (ชาวบาบิโลน) และผู้เผยพระวจนะฮาบากุกเฝ้ามองดูประเทศของท่านล่มสลาย แต่แทนที่ท่านจะตกอยู่ในความสิ้นหวัง ฮาบากุกกลับถวายคำสรรเสริญแห่งการขอบพระคุณแด่พระเจ้า

ในทำนองเดียวกัน ไม่ว่าสถานการณ์หรือสภาพการณ์ในชีวิตของเราจะเป็นเช่นใดก็ตาม เราก็สามารถขอบพระคุณพระเจ้าจากส่วนลึกแห่งจิตใจของเราสำหรับข้อเท็จจริงที่ว่าเรารอดโดยพระคุณของพระองค์ที่พระเจ้าทรงมอบให้โดยไม่คิดมูลค่า

ประการที่สอง เราไม่ควรดำเนินชีวิตแห่งความเชื่อด้วยความเคยชินหรือถอยหลังไปสู่วิถีชีวิตเก่าที่เหือดแห้งหรือดำเนินชีวิตโดยปราศจากพัฒนาการหรือการเปลี่ยนแปลง

สิ่งที่เกิดขึ้นกับคริสเตียนที่ขาดความกระตือรือร้นคือการหยุดชะงักอยู่ที่เดิม นี่เป็นชีวิตที่เฉื่อยชาโดยปราศจากความเคลื่อ

นไหวหรือการเปลียนแปลง นันหมายความว่าเรามีชีวิตทีอุ่น ๆ และมีความเชือตามความเคยชิน สิงนีเป็นการแสดงออกถึงความเชือทีเป็นเพียงรูปแบบโดยไม่มีการเข้าสุหนัตในจิตใจ

ถ้าเราเย็นชาเราอาจได้รับการลงโทษบางอย่างจากพระเจ้าเพือเราจะเปลียนแปลงและได้รับการสร้างขึนมาใหม่ แต่ถ้าเราไม่เย็นหรือไม่ร้อนเราก็ประนีประนอมกับโลกและไม่พยายามทีจะกำจัดความบาปทิงไป เราจะไม่จงใจละทิงพระเจ้าเพราะเราเคยได้รับพระวิญญาณบริสุทธิ์และเรารู้ดีว่านรกและสวรรค์มีจริง

ถ้าเราสัมผัสถึงความบกพร่องอ่อนแอของเราเราก็จะอธิษฐานต่อพระเจ้าสำหรับความบกพร่องเหล่านัน แต่คนทีไม่เย็นหรือไม่ร้อนจะไม่แสดงออกถึงความกระตือรือร้น เขาเป็นเพียง “คนไปโบสถ์”

คนเหล่านีอาจมีความทุกข์ยากลำบากและมีความวิตกกังวลในจิตใจของตน แต่เมือเวลาผ่านไปความรู้สึกเหล่านีจะจางหายไป

“เพราะเหตุทีเจ้าเป็นแต่อุ่น ๆ ไม่เย็นและไม่ร้อน เราจะคายเจ้าออกจากปากของเรา” (วิวรณ์ 3:16) พระคัมภีร์ข้อนีบอกให้ทราบคนเหล่านีจะไม่รอด เพราะเหตุนีพระเจ้าจึงทรงกำชับให้เราถือรักษาเทศกาลต่าง ๆ เพือตรวจสอบความเชือของเราและเพือเราจะบรรลุถึงขนาดความเชือทีสมบูรณ์แบบ

ประการทีสาม เราต้องจดจำพระคุณของความรักครังแรกไว้อยู่เสมอ ถ้าเราสูญเสียความรักนีไปเราต้องคิดทบทวนว่าเราล้มลงทีจุดใด กลับใจใหม่ และรือฟืนความรักครังแรกนันกลับขึนมาใหม่

คนทีต้อนรับเอาพระเยซูคริสต์สามารถมีประสบการณ์กับพระคุณ

ของความรักครั้งแรก พระคุณและความรักของพระเจ้ายิ่งใหญ่มากจนทำให้ชีวิตในแต่ละวันของเขาเต็มไปด้วยความสุขและความชื่นชมยินดี

พ่อแม่ที่คาดหวังให้ลูกของตนเติบโตขึ้นฉันใด พระเจ้าก็ทรงคาดหวังให้บุตรของพระองค์มีความเชื่อที่เข้มแข็งและเพิ่มขนาดมากขึ้นด้วยฉันนั้น แต่ถ้าในจุดหนึ่งของชีวิตเราได้สูญเสียพระคุณของความรักครั้งแรกไป ความรักและความกระตือรือร้นของเราก็จะเยือกเย็นลง แม้เราจะอธิษฐานเราก็อธิษฐานในลักษณะที่เป็นเพียงหน้าที่เท่านั้น

ถ้าเรามอบใจให้กับซาตานเราอาจสูญเสียความรักครั้งแรกของเราได้ตลอดเวลาจนกว่าเราจะบรรลุถึงการชำระให้บริสุทธิ์ในระดับที่ครบถ้วนสมบูรณ์ ดังนั้นถ้าเราได้สูญเสียพระคุณของความรักครั้งแรกไปเราต้องค้นหาสาเหตุพร้อมกับกลับใจใหม่และหันหลังกลับอย่างรวดเร็ว

หลายคนพูดว่าชีวิตคริสเตียนเป็นเส้นทางที่คับแคบและยากลำบาก แต่เฉลยธรรมบัญญัติ 30:11 กล่าวว่า "เพราะว่าพระบัญญัติซึ่งข้าพเจ้าบัญชาท่านในวันนี้สำหรับท่านไม่ยากเกินไปและไม่ห่างเหินเกินไปด้วย" ถ้าเรารู้จักความรักที่แท้จริงของพระเจ้าการดำเนินบนเส้นทางแห่งความเชื่อของเราจะไม่มีวันยากเย็น ทั้งนี้ก็เพราะว่าความทุกข์ยากในปัจจุบันไม่อาจเปรียบเทียบกับศักดิ์ศรีที่พระเจ้าจะทรงมอบให้กับเราในภายหลังได้ เราสามารถสัมผัสกับความสุขกับการนึกถึงศักดิ์ศรีดังกล่าว

ด้วยเหตุนี้ ในฐานะผู้เชื่อที่ดำเนินชีวิตอยู่ในยุคสุดท้ายเราควรเชื่อฟังพระคำของพระเจ้าอยู่เสมอและดำเนินชีวิตอยู่ในความสว่างตลอดเว

ลา ถ้าเราไม่เดินอยู่ในทางกว้างของโลกนี้แต่เดินบนทางแคบแห่งความเชื่อเราก็สามารถเข้าสู่แผ่นดินคานาอันที่อุดมไปด้วยน้ำผึ้งและน้ำนม

พระเจ้าจะประทานพระคุณแห่งความรอดและความชื่นชมยินดีแห่งความรักครั้งแรกแก่เรา พระองค์จะทรงอวยพรให้เราบรรลุถึงการชำระให้บริสุทธิ์ พระองค์จะทรงอนุญาตให้เราช่วงชิงเอาแผ่นดินสวรรค์นิรันดร์ไว้ด้วยใจร้อนรนโดยก้าวย่างแห่งความเชื่อของเรา

บทที่ 10

ชีวิตแห่งการเชื่อฟังและพระพร

เฉลยธรรมบัญญัติ 28:1-14

"ถ้าท่านทั้งหลายเชื่อฟังพระสุรเสียงของพระเยโฮวาห์พระเจ้าของท่านและระวังที่จะกระทำตามพระบัญญัติของพระองค์ซึ่งข้าพเจ้าบัญชาท่านในวันนี้ พระเยโฮวาห์พระเจ้าของท่านจะทรงตั้งท่านไว้ให้สูงกว่าบรรดาประชาชาติทั้งหลายทั่วโลก พระพรเหล่านี้จะตามมาทันท่าน ถ้าท่านทั้งหลายฟังพระสุรเสียงของพระเยโฮวาห์พระเจ้าของท่าน ท่านทั้งหลายจะรับพระพรในเมืองท่านทั้งหลายจะรับพระพรในทุ่งนา

พงศ์พันธุ์ของตัวท่านเอง ผลแห่งพื้นดินของท่านและพันธุ์แห่งสัตว์ของท่านจะรับพระพร คือฝูงวัวของท่านที่เพิ่มขึ้นฝูงแกะของท่านที่เพิ่มลูกขึ้น กระจาดของท่านและรางนวดแป้งของท่านจะรับพระพร ท่านจะรับพระพรเมื่อท่านเข้ามาและท่านจะรับพระพรเมื่อท่านออกไป..."

ประวัติศาสตร์แห่งการอพยพของอิสราเอลให้บทเรียนที่มีคุณค่ามากมายแก่เรา ภัยพิบัติมาเหนือฟาโรห์และอียิปต์เพราะการไม่เชื่อฟังของเขาฉันใด บนเส้นทางไปสู่แผ่นดินคานาอันของคนอิสราเอลต้องพบกับความทุกข์ยากลำบากและความขัดสนด้วยฉันนั้นเนื่องจากเขาขัดขืนต่อน้ำพระทัยของพระเจ้า

คนอิสราเอลได้รับการปกป้องให้พ้นจากภัยพิบัติแห่งการมรณกรรมของลูกหัวปีโดยผ่านพิธีปัสกา แต่เมื่อคนเหล่านั้นไม่มีน้ำดื่มและไม่มีอาหารรับประทานในระหว่างการเดินทางไปสู่แผ่นดินคานาอันคนอิสราเอลก็เริ่มบ่น

คนอิสราเอลสร้างรูปวัวทองคำและกราบไหว้รูปนั้น รายงานเรื่องแผ่นดินแห่งพันธสัญญาในเชิงลบ และร่วมกันต่อต้านโมเสส สาเหตุก็เพราะคนเหล่านั้นไม่ได้มองการเดินทางไปสู่คานาอันด้วยสายตาแห่งความเชื่อ

ผลลัพธ์ก็คือคนอิสราเอลรุ่นแรกที่มีชีวิตอยู่ในช่วงของการอพยพเสียชีวิตทั้งหมดในถิ่นทุรกันดารยกเว้นโยชูวาและคาเลบ โยชูวาและคาเลบเท่านั้นที่เชื่อในพระสัญญาของพระเจ้าและเชื่อฟังพระองค์ ทั้งสองคนเข้าสู่แผ่นดินคานาอันพร้อมกับคนอิสราเอลรุ่นที่สอง

พระพรของการเข้าสู่แผ่นดินคานาอัน

เนื่องจากคนรุ่นแรกของการอพยพเป็นส่วนหนึ่งของคนอิสราเอลที่เกิดและเติบโตในวัฒนธรรมต่างชาติของอียิปต์เป็นเวลา 400 ปี ดังนั้นคนอิสราเอลจึงสูญเสียความเชื่อของตนในพระเจ้า นอกจากนั้น ความชั่วร้ายอีกมากมายถูกเพาะบ่มไว้ในจิตใจของ

คนเหล่านั้นในขณะที่เขาประสบกับการข่มเหงและความทุกข์ยากลำบาก

แต่คนอิสราเอลรุ่นที่สองในช่วงของการอพยพได้รับการสั่งสอนในพระคำของพระเจ้านับตั้งแต่เขาอยู่ในวัยเด็ก เนื่องจากคนเหล่านั้นเห็นการทำงานอันอัศจรรย์ของพระเจ้ามากมาย คนอิสราเอลรุ่นนี้จึงแตกต่างจากคนอิสราเอลรุ่นพ่อแม่ของตน

คนอิสราเอลรุ่นนี้รู้ดีว่าเพราะเหตุใดคนรุ่นพ่อแม่ของเขาจึงไม่สามารถเข้าสู่แผ่นดินคานาอันแต่ต้องอาศัยอยู่ในถิ่นทุรกันดารถึง 40 ปี คนรุ่นนี้พร้อมที่จะเชื่อฟังพระเจ้าและผู้นำของตนด้วยความเชื่อที่แท้จริง

คนรุ่นนี้ปฏิญาณตนที่จะเชื่อฟังอย่างครบถ้วนซึ่งแตกต่างจากคนในรุ่นพ่อแม่ของตนที่บ่นอย่างต่อเนื่องแม้หลังจากที่เขามีประสบการณ์กับการทำงานของพระเจ้าอย่างมากมายก็ตาม คนอิสราเอลรุ่นนี้ประกาศว่าเขาเต็มใจที่จะเชื่อฟังโยชูวาผู้ซึ่งรับหน้าที่ต่อจากโมเสสด้วยน้ำพระทัยของพระเจ้า

"เราเชื่อฟังโมเสสในเรื่องทั้งปวงอย่างไร เราจะเชื่อฟังท่านอย่างนั้น ขอเพียงว่าพระเยโฮวาห์พระเจ้าของท่านทรงสถิตกับท่านดังที่พระองค์ได้สถิตกับโมเสสก็แล้วกัน ผู้ใดที่ขัดขืนคำบัญชาของท่านและไม่เชื่อฟังถ้อยคำของท่านไม่ว่าท่านจะบัญชาเขาอย่างไร ผู้นั้นจะต้องถึงตาย ขอเพียงให้เข้มแข็งและกล้าหาญเถิด" (โยชูวา 1:17-18)

ช่วงเวลา 40 ปีในถิ่นทุรกันดารที่คนอิสราเอลเดินท่องไปอย่างไร้จุดหมายไม่ได้เป็นเพียงช่วงเวลาแห่งการลงโทษเท่านั้น แต่ 40 ปีในถิ่นทุรกันดารยังเป็นช่วงเวลาของการฝึกฝนฝ่ายวิญญาณของคนรุ่นที่สองของการอพยพซึ่งจะเข้าไปสู่แผ่นดินคานาอัน

ก่อนที่จะอวยพระพรเราพระเจ้าทรงอนุญาตให้เราได้รับการฝึกฝนฝ่ายวิญญาณหลายรูปแบบเพื่อเราจะมีความเชื่อฝ่ายวิญญาณ เพราะถ้าปราศจากความเชื่อฝ่ายวิญญาณเราก็ไม่ได้รับความรอดและเราไม่สามารถเข้าสู่แผ่นดินสวรรค์ได้

ถ้าพระเจ้าทรงอวยพระพรเราก่อนที่เราจะมีความเชื่อฝ่ายวิญญาณ โอกาสที่เราจะหันกลับไปหาโลกอีกครั้งหนึ่งก็เป็นไปได้มากทีเดียว ดังนั้นพระเจ้าจึงทรงสำแดงให้เราเห็นการทำงานด้วยฤทธิ์อำนาจของพระองค์และบางครั้งพระองค์ทรงอนุญาตให้เราพบกับการทดลองอย่างรุนแรงเพื่อความเชื่อของเราจะจำเริญขึ้น

อุปสรรคของการเชื่อฟังประการแรกที่คนอิสราเอลรุ่นที่สองพบคือแม่น้ำจอร์แดน แม่น้ำจอร์แดนไหลผ่านที่ราบซึ่งอยู่ระหว่างโมอับและแผ่นดินคานาอัน ในเวลานั้นกระแสน้ำไหลเชี่ยวและเอ่อท่วมตลิ่งอยู่บ่อยครั้ง

ทีนี้พระเจ้าตรัสอะไร พระเจ้าทรงบัญชาให้ปุโรหิตหามหีบพันธสัญญาไปข้างหน้าประชาชนและก้าวลงไปในแม่น้ำเป็นอันดับแรก ทันทีที่ประชาชนได้ยินถึงน้ำพระทัยของพระเจ้าผ่านทางโยชูวาเขาก็มุ่งหน้าไปยังแม่น้ำจอร์แดนโดยไม่ลังเลโดยมีปุโรหิตอยู่ด้านหน้า

เนื่องจากประชาชนเชื่อในพระเจ้าผู้ทรงรอบรู้สิ่งสารพัดและทรงมีฤทธานุภาพสูงสุด คนเหล่านั้นจึงเชื่อฟังโดยปราศจากข้อสงสัยหรือการบ่นต่อว่า ผลลัพธ์ก็คือ เมื่อเท้าของปุโรหิตที่หามหีบพันธสัญญาสัมผัสกับน้ำที่ริมฝั่งแม่น้ำ น้ำที่ไหลอยู่ข้างบนก็หยุดไหลและคนเหล่านั้นก็สามารถเดินข้ามแม่น้ำจอร์แดนเหมือนเดินบนดินแห้ง

นอกจากนั้น คนอิสราเอลได้ทำลายเมืองเยรีโคซึ่งกล่าวกันว่า

มีกำแพงหนาแน่นจนยากที่จะผ่านทะลุเข้าไปได้ เนื่องจากคนเหล่านั้นไม่มีอาวุธที่มีอานุภาพเหมือนอย่างในปัจจุบัน ดังนั้นการที่จะทำลายกำแพงที่มีความหนาถึงสองชั้นเช่นนั้นลงจึงถือเป็นสิ่งที่ทำได้ยาก

การทำลายกำแพงคงเป็นภารกิจที่ทำได้ยากมากแม้ด้วยกำลังทั้งสิ้นที่คนเหล่านั้นมีอยู่ แต่พระเจ้าทรงบัญชาให้คนเหล่านั้นเดินรอบกำแพงเมืองวันละครั้งเป็นเวลาหกวัน ในวันที่เจ็ดพระองค์ทรงบัญชาให้เขาตื่นแต่เช้าและเดินรอบกำแพงเมืองเจ็ดรอบจากนั้นให้เขาโห่ร้องด้วยเสียงดัง

แม้ในสถานการณ์ที่มีกองกำลังของศัตรูยืนเฝ้ากำแพงอยู่อย่างหนาแน่นแต่คนอิสราเอลรุ่นที่สองของการอพยพก็เริ่มออกเดินรอบกำแพงเมืองโดยไม่ลังเล

ศัตรูที่อยู่บนกำแพงอาจยิงลูกธนูใส่คนเหล่านี้หรืออาจโจมตีคนอิสราเอลอย่างเต็มรูปแบบ แม้ในสถานการณ์ที่อันตรายเช่นนั้นคนรุ่นนี้ก็ยังเชื่อฟังพระคำของพระเจ้าและเดินรอบกำแพงเมือง จนกำแพงเมืองที่แข็งแกร่งนั้นพังทลายลงเมื่อคนอิสราเอลเชื่อฟังพระคำของพระเจ้า

การได้รับพระพรผ่านการเชื่อฟัง

การเชื่อมีชัยชนะเหนือทุกสถานการณ์ การเชื่อฟังคือวิถีทางของการนำเอาฤทธิ์อำนาจอันอัศจรรย์ของพระเจ้าลงมา จากมุมมองของมนุษย์เราอาจคิดว่าการเชื่อฟังในบางเรื่องเป็นสิ่งที่ทำได้ยาก แต่สายพระเนตรของพระเจ้าไม่มีสิ่งใดที่เราเชื่อฟังไม่ได้และพระเจ้าทรงมีฤทธิ์อำนาจสูงสุด

เพื่อแสดงออกถึงการเชื่อฟังประเภทนี้เราต้องฟังและเข้าใจพระคำของพระเจ้าอย่างครบถ้วนด้วยการดลใจของพระวิญญาณบริสุทธิ์เหมือนดังที่เราต้องปิ้งเนื้อแกะด้วยไฟ

นอกจากนั้น คนอิสราเอลฉลองเทศกาลปัสกาและเทศกาลขนมปังไร้เชื้อตลอดทุกชั่วอายุคนฉันใด เราต้องจดจำพระคำของพระเจ้าและเก็บสะสมพระคำนั้นไว้ในจิตใจของเราอยู่เสมอด้วยเช่นกัน กล่าวคือ เราต้องเข้าสุหนัตในจิตใจของเราอย่างต่อเนื่องด้วยพระคำของพระเจ้าและกำจัดความบาปและความชั่วร้ายทิ้งไปด้วยความรู้สึกขอบพระคุณสำหรับพระคุณแห่งความรอด

เมื่อกระทำเช่นนี้จะทำให้เรามีความเชื่ออย่างแท้จริงและแสดงออกถึงการเชื่อฟังอย่างสมบูรณ์แบบ

อาจมีบางสิ่งบางอย่างที่เราไม่สามารถเชื่อฟังถ้าเราคิดด้วยหลักทฤษฎี ความรู้ หรือสามัญสำนึกของมนุษย์ แต่พระเจ้าทรงมีน้ำพระทัยให้เราเชื่อฟังในสิ่งเหล่านี้อยู่เสมอ เมื่อเราแสดงออกถึงการเชื่อฟังเช่นนี้พระเจ้าก็จะทรงสำแดงการทำงานและพระพรอันยิ่งใหญ่ของพระองค์แก่เรา

ในพระคัมภีร์มีผู้คนมากมายที่ได้รับพระพรอย่างเหลือเชื่อโดยการเชื่อฟังของคนเหล่านั้น ดาเนียลและโยเซฟได้รับพระพรเพราะทั้งสองคนมีความเชื่ออย่างมั่นคงในพระเจ้าและแม้ในยามที่ทั้งสองเผชิญหน้ากับความตายคนเหล่านั้นก็ยังยึดมั่นในพระคำของพระเจ้าเพียงอย่างเดียว นอกจากนั้น เรายังเรียนรู้ว่าพระเจ้าทรงพอพระทัยกับผู้คนที่เชื่อฟังอย่างไรโดยผ่านชีวิตของอับราฮัมผู้เป็นบิดาแห่งความเชื่อ

พระพรที่พระเจ้าทรงมอบให้แก่อับราฮัม

"พระเจ้าตรัสแก่อับรามว่า 'เจ้าจงออกจากเมืองจากญาติพี่น้องจากบ้านบิดาของเจ้าไปยังดินแดนที่เราจะบอกให้เจ้ารู้ เราจะให้เจ้าเป็นชนชาติใหญ่ เราจะอวยพรแก่เจ้า จะให้เจ้ามีชื่อเสียงใหญ่โตเลื่องลือไปแล้วเจ้าจะช่วยให้ผู้อื่นได้รับพร" (ปฐมกาล 12:1-2)

ในเวลานั้นอับราฮัมมีอายุ 75 ปีและท่านไม่ใช่คนหนุ่ม โดยเฉพาะอย่างยิ่งการที่ท่านจะจากประเทศและญาติพี่น้องของท่านไปนั้นไม่ใช่เรื่องง่ายในเมื่อตัวท่านเองยังไม่มีบุตรที่จะเป็นผู้สืบทอดมรดกของท่าน

พระเจ้าไม่ได้ทรงกำหนดสถานที่ที่แน่นอนให้กับท่านไปอยู่เช่นกัน พระเจ้าเพียงตรัสสั่งให้ท่านไป ถ้าใช้ความคิดของมนุษย์การเชื่อฟังในสถานการณ์เช่นนี้เป็นสิ่งที่ทำได้ยาก ท่านต้องทิ้งทุกสิ่งทุกอย่างที่ท่านสะสมไว้เอาไว้เบื้องหลังและเดินทางไปยังต่างแดน

การละทิ้งทุกสิ่งทุกอย่างที่เรามีอยู่และเดินทางไปอยู่ในพื้นที่ใหม่ไม่ใช่เรื่องง่ายแม้จะมีหลักประกันที่แน่นอนเกี่ยวกับอนาคต จะมีกี่คนที่สามารถละทิ้งทุกสิ่งที่ตนมีอยู่ในขณะนี้ในเมื่ออนาคตของเขายังมืดมัว แต่อับราฮัมก็เชื่อฟัง

มีอีกครั้งหนึ่งที่การเชื่อฟังของอับราฮัมปรากฏให้เห็นอย่างชัดเจนมากขึ้น เพื่อให้การเชื่อฟังของอับราฮัมสมบูรณ์แบบยิ่งขึ้นพระเจ้าจึงทรงอนุญาตให้ท่านพบกับการทดสอบเพื่อท่านได้รับพระพรมากขึ้น

นั่นคือ พระเจ้าทรงบัญชาให้อับราฮัมถวายอิ

สอัคบุตรชายคนเดียวของท่านเป็นเครื่องเผาบูชา อิสอัคเป็นบุตรที่อับราฮัมรักมาก อับราฮัมถือว่าอิสอัคมีค่ายิ่งกว่าตัวท่านเองด้วยซ้ำไป แต่ท่านก็เชื่อฟังโดยไม่มีการลังเล

หลังจากพระเจ้าตรัสสั่งท่าน เราพบในปฐมกาล 22:3 ว่าในวันรุ่งขึ้นท่านตื่นแต่เช้าตรู่และจัดเตรียมสิ่งต่าง ๆ ให้พร้อมสำหรับการถวายบูชาแด่พระเจ้าพร้อมกับเดินทางไปยังสถานที่ที่พระเจ้าตรัสกับท่าน

การเชื่อฟังในครั้งนี้มีระดับสูงกว่าการเชื่อฟังเมื่อพระเจ้าทรงสั่งให้ท่านออกจากบ้านเมืองและจากบ้านบิดาของท่านเสียอีก ในครั้งนั้นอับราฮัมเพียงแต่เชื่อฟังโดยไม่รู้จักน้ำพระทัยที่แท้จริงของพระเจ้า แต่เมื่อพระเจ้าทรงสั่งให้ท่านถวายอิสอัคบุตรชายของท่านเป็นเครื่องเผาบูชา อับราฮัมเข้าใจพระทัยของพระเจ้าและท่านก็เชื่อฟังน้ำพระทัยของพระองค์ ฮีบรู 11:17-19 บันทึกว่าอับราฮัมเชื่อว่าถ้าท่านถวายบุตรชายของท่านเป็นเครื่องเผาบูชา พระเจ้าจะทรงทำให้บุตรชายของท่านเป็นขึ้นมาใหม่เพราะอิสอัคเป็นบุตรแห่งพระสัญญาของพระเจ้า

พระเจ้าทรงพอพระทัยกับความเชื่อของอับราฮัมและพระองค์ทรงจัดเตรียมเครื่องบูชาไว้แล้ว หลังจากอับราฮัมผ่านการทดสอบในครั้งนี้ พระเจ้าจึงทรงเรียกท่านว่า "มิตรสหาย" และทรงอวยพระพรท่านอย่างมากมาย

ในปัจจุบัน น้ำยังคงเป็นสิ่งที่หายากในอิสราเอล แต่น้ำเป็นสิ่งที่หายากมากกว่าในแผ่นดินคานาอันในเวลานั้น แต่ที่ใดก็ตามที่อับราฮัมเดินทางไปที่นั่นจะมีน้ำอยู่อย่างอุดมสมบูรณ์ แม้แต่โลทหลานชายของท่านที่อยู่กับท่านก็ได้รับพระพรอันยิ่งใหญ่ด้วยเช่นกัน

อับราฮัมมีฝูงสัตว์และทรัพย์สินเงินทองมากมาย ท่านเป็นคนร่ำรวยมาก เมื่อโลทหลานชายของท่านถูกจับไปเป็นเชลย อับราฮัมพาชายหนุ่มที่อยู่ในเรือนของท่าน 318 คนไปช่วยโลทกลับมา จากความจริงข้อนี้ทำให้เราเห็นว่าอับราฮัมเป็นคนที่มั่งคั่งร่ำรวยมากเพียงใด

อับราฮัมเชื่อฟังพระคำของพระเจ้า ผืนแผ่นดินบริเวณใกล้เคียง และผู้คนที่อยู่รอบข้างท่านก็พลอยได้รับพระพรไปด้วยเช่นกัน

อิสอัคบุตรชายของท่านก็ได้รับพระพรผ่านทางอับราฮัมด้วยเช่นกันและเชื้อสายของท่านทวีจำนวนมากขึ้นจนคนเหล่านั้นสามารถสร้างประเทศของตนขึ้นมา นอกจากนี้ พระเจ้าตรัสกับท่านว่าพระองค์จะทรงอวยพรคนที่อวยพรท่านและพระองค์จะแช่งสาปคนที่แช่งสาปท่าน อับราฮัมเป็นที่เคารพนับถืออย่างมากแม้แต่บรรดากษัตริย์ของประเทศใกล้เคียงก็มอบเครื่องบรรณาการให้กับท่าน

อับราฮัมได้รับพระพรทุกชนิดที่คนๆหนึ่งพึงจะได้รับในโลกนี้ ไม่ว่าจะเป็นทรัพย์สินเงินทอง ชื่อเสียง อำนาจ สุขภาพ และลูกหลาน ท่านได้รับพระพรเมื่อท่านเข้ามาและท่านได้รับพระพรเมื่อท่านออกไปเหมือนที่บันทึกไว้ในเฉลยธรรมบัญญัติบทที่ 28

ท่านกลายเป็นแหล่งแห่งพระพรและเป็นบิดาแห่งความเชื่อ ยิ่งกว่านั้น อับราฮัมสามารถเข้าใจพระทัยอันลึกซึ้งของพระเจ้าและพระเจ้าทรงสามารถแบ่งปันพระทัยของพระองค์กับอับราอัมในฐานะมิตรสหายของพระเจ้าด้วยเช่นกัน สิ่งนี้ถือเป็นพระพรอันยิ่งใหญ่อย่างมากทีเดียว

เพราะพระเจ้าทรงเป็นความรักพระองค์จึงทรงปรารถนาให้ทุกคนเป็นเหมือนอับราฮัมและมีสง่าราศีและเป็นพระพร เพราะเหตุนี้พระเจ้าจึงทรงมอบบันทึกโดยละเอียดเกี่ยวกับอับราฮัมไว้ในพระคัมภีร์ ผู้ใดก็ตามที่ทำตามแบบอย่างของอับราฮัมและเชื่อฟังพระคำของพระเจ้าก็สามารถรับเอาพระพรแบบเดียวกันกับอับราฮัมเมื่อเขาเข้ามาและเมื่อเขาออกไป

ความรักและความยุติธรรมของพระเจ้าผู้ทรงต้องการที่จะอวยพรเรา

ที่ผ่านมาเราได้พิจารณาถึงภัยพิบัติสิบประการที่มาเหนืออียิปต์และพิธีปัสกาซึ่งเป็นหนทางแห่งความรอดสำหรับคนอิสราเอล จากเรื่องนี้เราได้เรียนรู้ว่าทำไมเราจึงพบกับภัยพิบัติ เราจะหลีกเลี่ยงภัยพิบัติได้อย่างไร และเราจะรอดได้อย่างไร

ถ้าเราประสบกับปัญหาหรือโรคภัยไข้เจ็บเราต้องรู้ว่าสิ่งเหล่านี้มีสาเหตุมาจากความชั่วร้ายของเรา จากนั้นเราต้องพิจารณาดูตนเอง กลับใจ และกำจัดความชั่วร้ายทุกชนิดทิ้งไปอย่างรวดเร็ว นอกจากนั้น จากชีวิตของอับราฮัมเราได้เรียนรู้ถึงพระพรอันอัศจรรย์และเกินความเข้าใจที่พระเจ้าทรงมอบให้กับผู้คนที่เชื่อฟังพระองค์

ภัยพิบัติหรือเหตุร้ายล้วนมีสาเหตุด้วยกันทั้งสิ้น ผลลัพธ์ที่เกิดขึ้นกับเราจะแตกต่างกันออกไปโดยขึ้นอยู่กับว่าเรามีสำนึกในจิตใจมากน้อยเพียงใด หันไปจากความบาปและความชั่วร้ายแค่ไหน และเปลี่ยนแปลงตนเองอย่างไร บางคนอาจถูกปรับโทษอันเนื่องจากความผิดของตนในขณะที่หลายคนอาจค้นพบความมืดหรือความชั่วร้ายในจิตใจของเขาผ่านความทุกข์ยากลำบากและใช้เป็นโอกาสที่จะเปลี่ยนแปลงตนเอง

ในเฉลยธรรมบัญญัติบทที่ 28 เราเห็นถึงข้อเปรียบเทียบระหว่างพระพรและคำแช่งสาปที่จะมาเหนือเราเมื่อเราเชื่อฟังและล่วงละเมิดพระคำของพระเจ้า

พระเจ้าทรงปรารถนาที่จะอวยพระพรเรา แต่การเลือกขึ้นอยู่กับเราเหมือนที่พระเจ้าตรัสไว้ในเฉลยธรรมบัญญัติ 11:26 ว่า "ดูเถิด วันนี้ข้าพเจ้าได้นำคำอวยพรและคำสาปแช่งมาไว้ตรงหน้าท่านทั้งหลาย" ถ้าเราหว่านเมล็ดถั่วลงไปเมล็ดถั่วก็จะงอกขึ้นมา ในทำนองเดียวกัน ภัยพิบัติหรือเหตุร้ายที่เราประสบเป็นการทำงานของผีมารซาตานอันเป็นผลมาจากความผิดบาปของเรา ในกรณีนี้ พระเจ้าทรงจำเป็นต้องอนุญาตให้สิ่งเหล่านี้เกิดขึ้นกับเราตามความยุติธรรมของพระองค์

พ่อแม่ทุกคนต่างก็ต้องการให้ลูกของตนเจริญรุ่งเรือง ดังนั้นพ่อแม่จึงพร่ำสอนลูกตลอดเวลาว่า "จงเรียนให้หนัก จงมีชีวิตที่เที่ยงตรง หรือจงเชื่อฟังระเบียบกฎเกณฑ์" เป็นต้น พระเจ้าทรงมอบคำบัญชาให้กับเราด้วยพระทัยแบบเดียวกันและพระองค์ทรงต้องการให้เราเชื่อฟังคำบัญชาเหล่านั้น ไม่มีพ่อแม่คนใดที่ต้องการให้ลูกของตนละเมิดคำสั่งและลงไปสู่หนทางแห่งความพินาศล่มจม พระเจ้าไม่เคยมีน้ำพระทัยให้เราพบกับปัญหาและภัยพิบัติใดๆเลยเช่นกัน

ด้วยเหตุนี้ ข้าพเจ้าจึงอธิษฐานในพระนามของพระเยซูคริสต์องค์พระผู้เป็นเจ้าเพื่อท่านทุกคนจะรู้ว่าน้ำพระทัยของพระเจ้าที่มีต่อบุตรของพระองค์ไม่ใช่เพื่อให้ท่านพบภัยพิบัติแต่เพื่อให้ท่านได้รับพระพรและรู้ว่าชีวิตแห่งการเชื่อฟังจะทำให้ท่านได้รับพระพรเมื่อท่านเข้าและเมื่อท่านออกไป ทุกสิ่งทุกอย่างที่ท่านกระทำจะราบรื่นและเจริญรุ่งเรือง

เกี่ยวกับผู้เขียน:
ดร. แจร็อก ลี

ดร. แจร็อก ลีเกิดที่เมืองมวน จังหวัดโจนนัม สาธารณะรัฐเกาหลี ในปี 1943 เมื่อท่านมีอายุ20 ปีดร. ลี ทนทุกข์ทรมานกับโรคภัยไข้เจ็บที่รักษาไม่ได้หลายชนิดเป็นเวลาถึงเจ็ดปีและนอนรอความตายโดยไม่มีความหวังของการหายโรค อย่างไรก็ตาม วันหนึ่งในช่วงฤดูใบไม้ผลิของปี 1974 พี่สาวของท่านได้พาท่านมาที่คริสตจักรและเมื่อท่านคุกเข่าลงอธิษฐานพระเจ้าผู้ทรงพระชนม์อยู่ทรงรักษาท่านให้หายจากโรคภัยไข้เจ็บทั้งสิ้นของท่านในทันที

นับตั้งแต่ดร.ลีพบกับพระเจ้าผู้ทรงพระชนม์อยู่ผ่านทางประสบการณ์อย่างอัศจรรย์นั้นเป็นต้นมาท่านรักพระเจ้าอย่างจริงใจและสุดหัวใจของท่าน ในปี 1978 ท่านได้รับการทรงเรียกให้เป็นผู้รับใช้ของพระเจ้า ท่านอธิษฐานอย่างร้อนรนเพื่อจะเข้าใจน้ำพระทัยของพระเจ้าอย่างชัดเจนและทำให้น้ำพระทัยนั้นสำเร็จอย่างสมบูรณ์พร้อมทั้งเชื่อฟังพระวจนะทั้งสิ้นของพระเจ้า ในปี 1982 ท่านก่อตั้งคริสตจักรมันมินในกรุงโซล ประเทศเกาหลีใต้ พระราชกิจอันมากมายของพระเจ้าซึ่งรวมถึงการรักษาโรคอย่างอัศจรรย์และหมายสำคัญต่าง ๆ เกิดขึ้นในคริสตจักรของท่านอย่างต่อเนื่อง

ในปี 1986 ดร.ลีได้รับการสถาปนาให้เป็นศิษยาภิบาล ณ ที่ประชุมสมัชชาประจำปีของคริสตจักรของพระเยซู "ซุงกุล" แห่งประเทศเกาหลีใต้และในปี 1990 (4 ปีต่อมา) คำเทศนาของท่านถูกนำไปเผยแพร่ในประเทศออสเตรเลีย สหรัฐอเมริกา รัสเซีย ฟิลิปปินส์ และอีกหลายประเทศผ่านพันธกิจของผู้ประกาศข่าวประเสริฐ (เอฟ.อี.บี.ซี.) สถานีวิทยุกระจายเสียงแห่งเอเชีย (เอ.บี.เอส.) และสถานีวิทยุคริสเตียนแห่งกรุงวอชิงตัน (ดับเบิ้ลยู.ซี.อาร์.เอส.)

สามปีต่อมาในปี 1993 คริสตจักรมันมินเซ็นทรัลเชิร์ชได้รับเลือกให้เป็นหนึ่งใน "50 คริสตจักรชั้นนำระดับโลก" โดยนิตยสาร "โลกคริสตชน" ของสหรัฐอเมริกาและท่านได้รับมอบปริญญาดุษฎีบัณฑิตกิตติมศักดิ์ สาขาพันธกิจศาสตร์จากสถาบันพระคริสตธรรมที่มีชื่อเสียงสองแห่งในสหรัฐอเมริกา นั่นคือ วิทยาลัยคริสเตียนเฟธแห่งรัฐฟลอริด้าและสถาบันพระคริสตธรรมคิงส์เวย์ แห่งรัฐไอโอวา

นับตั้งแต่ปี 1993 เป็นต้นมา ดร.ลีเป็นผู้นำในการทำพันธกิจทั่วโลกโดยผ่านการร

ณรงค์เพื่อการประกาศที่จัดขึ้นในประเทศต่าง ๆ เช่น ประเทศแทนซาเนีย อาร์เจนตินา อูกานดา ญี่ปุ่น ปากีสถาน เคนย่า ฟิลิปปินส์ ฮอนดูรัส อินเดีย รัสเซีย เยอรมันนี เปรู สาธารณะรัฐประชาธิปไตยคองโก และนครนิวยอร์ก สหรัฐอเมริกา ในปี 2002 ท่านได้รับการขนานนามว่าเป็น "ศิษยาภิบาลของคนทั่วโลก" โดยหนังสือพิมพ์คริสเตียนฉบับหนึ่งในประเทศเกาหลีใต้จากการทำพันธกิจด้านการประกาศพระกิตติคุณในต่างประเทศของท่าน

ในเดือนกุมภาพันธ์ 2008 คริสตจักรมันมินเซ็นทรัลเชิร์ชมีสมาชิกมากกว่า 1 แสนคนและมีคริสตจักรสาขาทั้งในและต่างประเทศอีก 7,800 แห่งทั่วโลก ปัจจุบันคริสตจักรส่งมิชชันนารีมากกว่า 127 คนไปยัง 25 ประเทศทั่วโลกซึ่งรวมถึงสหรัฐอเมริกา รัสเซีย เยอรมันนี แคนนาดา ญี่ปุ่น จีน ฝรั่งเศส อินเดีย เคนย่า และอีกหลายประเทศ

ในปัจจุบัน ดร.ลีเขียนหนังสือมากกว่า 50 เล่มซึ่งรวมถึงหนังสือที่มียอดขายสูงสุดเรื่อง "ลิ้มรสชีวิตนิรันดร์ก่อนความตาย" "ชีวิตและศรัทธาของข้าพเจ้า" "สาส์นจากกางเขน" "ขนาดแห่งความเชื่อ" "สวรรค์ภาค 1 และ 2" "นรก" และ "ฤทธานุภาพของพระเจ้า" งานเขียนของท่านถูกแปลเป็นภาษาต่าง ๆ มากกว่า 25 ภาษา

ปัจจุบัน ดร.ลีเป็นผู้ก่อตั้ง ผู้อำนวยการ และประธานของสมาคมและองค์กรมิชชันนารีจำนวนมากซึ่งรวมถึงการดำรงตำแหน่งประธานของสหคริสตจักรแห่งความบริสุทธิ์เกาหลี (UHCK); ผู้อำนวยการ The Nation Evangelization Paper; ผู้อำนวยการองค์การพันธกิจมิชชันมันมิน (MWM); ผู้ก่อตั้งสถานีโทรทัศน์มันมิน (Manmin TV); ผู้ก่อตั้งและประธานเครือข่ายสื่อมวลชนคริสเตียนทั่วโลก (GCN); ผู้ก่อตั้งและประธานเครือข่ายหมอคริสเตียนทั่วโลก (WCDN); และผู้ก่อตั้งและประธานสถาบันศาสนศาสตร์นานาชาติมันมิน (MIS)

หนังสือเล่มอืน ๆ ทีเขียนขึนโดยผู้เขียนคนเดียวกันได้แก่...

สวรรค์ (ภาค 1)
สวรรค์ (ภาค 2)

คำบรรยายโดยละเอียดเกียวกับสภาพแวดล้อมทีมีชีวิตชีวาซึงพลเมืองแห่งสวรรค์จะได้ชืนชมและการบรรยายลักษณะอันงดงามของสวรรค์ชั้นต่าง ๆ
คำเชิญชวนให้เข้าสู่นครเยรูซาเล็มใหม่อันบริสุทธิ์ซึงประตูทั้งสิบสองบานของนครนีทำด้วยไข่มุกอันแวววาวระยิบระยับ นครนีตังอยู่ท่ามกลางสวรรค์อันรุ่งเรืองสุกใสเหมือนดังเพชรนิลจินดาทีมีค่า

ตืนเถิดอิสราเอล

เพราะเหตุใดพระเจ้าจึงทรงเฝ้าดูอิสราเอลตั้งแต่จุดเริมต้นของโลกมาจนถึงปัจจุบัน อะไรคือการจัดเตรียมของพระเจ้าสำหรับอิสราเอล (ผู้ทีรอคอยพระเมสสิยาห์) ในช่วงวาระสุดท้าย

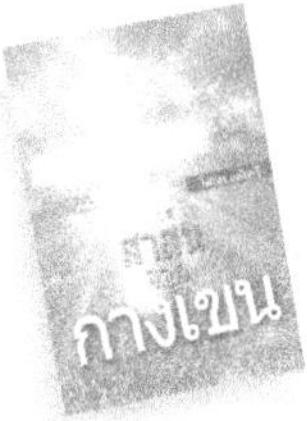

สาส์นจากกางเขน

ทำไมพระเยซูจึงเป็นพระผู้ช่วยให้รอดเพียงผู้เดียว เป็นข่าวสารแห่งการฟืนฟูทีมีอานุภาพสำหรับทุกคนทีหลับใหลฝ่ายวิญญาณ ในหนังสือเล่มนี้ท่านพบถึงเหตุผลของการทีพระเยซูทรงเป็นพระผู้ช่วยให้รอดแต่พระองค์เดียวและความรักทีแท้จริงของพระเจ้า

ลิ้มรสชีวิตนิรันดร์ก่อนเสียชีวิต

เป็นบันทึกเรืองจริงเกียวกับคำพยานของศจ.ดร.แจร็อก ลีผู้ทีบังเกิดใหม่และได้รับการช่วยให้รอดจากหุบเหวแห่งความตายและดำเนินชีวิตคริสเตียนทีเป็นแบบอย่าง

ขนาดแห่งความเชือ

สถานทีแบบใด มงกุฎ และรางวัลชนิดใดทีถูกจัดเตรียมไว้ในสวรรค์ หนังสือเล่มนีจะให้ความรู้และคำแนะนำแก่ท่านในการวัดขนาดความเชือและการเพาะบ่มความเชือของท่านให้เจริญเติบโตมากทีสุด

www.urimbook.com

www.ingramcontent.com/pod-product-compliance
Lightning Source LLC
LaVergne TN
LVHW021823060526
838201LV00058B/3490
9791126313488